I0726870

SỢI VẮN, SỢI DÀI

SỢI VẮN, SỢI DÀI

Tập truyện Hoàng Quân
Dàn trang: Nguyễn Thành
Bìa: Uyên Nguyên Trần Triết với
"Soi Bóng", tranh Hoàng Thanh Tâm
"Hoàng Quân", tranh Phạm Đăng Khương
Nhân Ảnh Xuất Bản 2021
ISBN: 9781990434280
Copyright © 2021 by Hoang Quan

HOÀNG QUÂN

SỢI VẮN, SỢI DÀI

Tập truyện

NHÂN ẢNH

2021

Cám ơn
nhân gian luôn cùng tôi
thực hiện lời tâm niệm
"người càng già, càng vui
tế thấy
cuộc đời thật đáng yêu...
Hoàng Quân
Hoàng thị ngọc Thúy
Bad Nauheim – Đức Quốc
Tháng Chín 2021

NHỮNG SỢI VẮN, SỢI DÀI
TRONG TRUYỆN HOÀNG QUÂN

Lê Hữu

"Ký ức biết chọn lọc, chỉ giữ lại những màu hồng mà thôi."

Tôi nhớ đã đọc câu ấy trong truyện ngắn nào của Hoàng Quân, dường như nhân vật nào ở trong truyện đã thốt lên như vậy. Tôi không chắc có phải tác giả đã để nhân vật nói thay cho mình nhưng tôi thích câu nói ấy; hơn thế nữa, tôi tin là ký ức của tác giả cũng chỉ muốn giữ lại màu hồng và những truyện của Hoàng Quân mà tôi từng đọc cũng là được ghi chép lại từ một ký ức tươi hồng.

Màu hồng phơn phớt ấy có thể nhìn thấy được qua các truyện ngắn trong tập truyện *Sợi Vắn, Sợi Dài* này, qua mối tình nhẹ nhàng, phất phơ như cánh cò bay lả bay la trong truyện *Ca dao,* qua chút tình mơ màng, lãng đãng như chuyện liêu trai trong truyện *Người trong mộng,* qua những "hoa bướm ngày xưa" nơi sân trường kỷ niệm trong truyện *Thầy trò một thuở*… và nhiều truyện khác nữa.

Kể từ *Bông Hoa Trên Phím* (2015), tập truyện đầu tay đẹp như "đóa hoa đời xinh xinh" có thể xem như "mối tình đầu" của tác giả với sinh hoạt văn chương ở hải ngoại, cho đến tác phẩm mới nhất này, nhà văn Hoàng Quân đã có tới năm tuyển tập truyện ngắn cho thấy một sức viết thật khỏe khoắn. Không lâu sau ngày đặt những bước chân đầu tiên lên sân chơi chữ nghĩa như một cuộc dạo chơi thong thả, đến nay tác giả những tập truyện ngắn ấy đã trở thành cái tên quen thuộc và được người đọc yêu mến qua các thể loại truyện ngắn, bút ký hay tự truyện.

Những truyện ngắn ấy được người đọc yêu thích ở những điểm nào, có lúc tôi đã tự hỏi như vậy và không khó để tìm ra câu trả lời. Hẳn là ở lối văn trong sáng, nhẹ nhàng, ở lối dẫn dắt câu chuyện thật tự nhiên mà lôi cuốn như người kể chuyện có duyên trong một bàn tiệc khiến người đọc đã trót đọc những dòng đầu là phải đọc cho đến dòng cuối để biết câu chuyện diễn tiến và kết thúc như thế nào. Hẳn là ở giọng văn đầy nữ tính, ở tài quan sát, nét tinh tế và nhất là nét dí dỏm, nghịch nghịch nấp sau những dòng chữ ấy khiến người đọc có lúc cười thầm, có khi bật cười thành tiếng.

Cứ thế, dòng văn chương của Hoàng Quân xuôi chảy như dòng suối trong trẻo, róc rách, từ lối dẫn truyện thật linh hoạt đến những tình tiết bất ngờ và thú vị, từ chuyện này thoắt nhảy sang chuyện khác như chú sóc nhỏ chuyền cành.

Người đọc là tôi cũng hiểu được vì sao truyện Hoàng Quân vẫn được yêu chuộng khi đọc *Khoảng cách vô hình*, truyện đầu tiên tôi chọn đọc trong tập truyện này chỉ vì cái tên truyện. Đúng ra, chỉ vì muốn biết cái "khoảng cách" ấy là khoảng cách gì, dài ngắn, xa gần, rộng hẹp thế nào và vì sao lại gọi là "vô hình".

Hóa ra đây là một truyện có tính thời sự, trong bối cảnh mùa đại dịch. "Khoảng cách" ở đây là khoảng cách giữa hai vợ chồng dưới một mái ấm gia đình có đôi lúc không được "ấm" cho lắm. Một khoảng cách mơ hồ, bàng bạc nên gọi là "khoảng cách vô hình" cũng đúng thôi.

Đọc, có lúc tôi bỗng giật mình thấy mình có vẻ giông giống nhân vật ông chồng ở trong câu chuyện, thấy mình cũng là "tác nhân" tạo nên "khoảng cách vô hình" trong mái ấm của chính mình như kẻ gây nên tội. Đọc thử một đoạn để thấy cái "khoảng cách" trong truyện như thế nào.

Cả hai như có thỏa thuận ngầm, lúc nào cảm thấy quá sức chịu đựng thì tự bấm nút "hai không": không nghe, không thấy, mà sao bây giờ anh lại phá lệ. Cơn bướng trong chị trỗi dậy. Chị vào phòng lấy cái điện thoại, mở vội một chương trình nhạc và gắn headset vào tai. Chị dọn cà phê, bánh ra bàn, nói lạt lẽo:

- Anh uống cà phê ăn bánh.

Chị biết, ngồi hai người bên bàn ăn mà mang headset rất khó coi, rất bất lịch sự. Nhưng chị muốn cho anh biết, chị thực sự cảm thấy bị xúc phạm. Chị cố giữ vẻ bình tĩnh, uống cà phê, ăn bánh ngọt. Cả cà phê lẫn bánh ngọt đắng nghét.

Theo lời kêu gọi của "bà mẹ" Merkel, bà thủ tướng Đức, khoảng cách quy định nơi công cộng là hai mét. Khoảng cách trong nhà chị tuy vô hình, không đo được, nhưng dường như rộng lắm.

Đọc, cũng để thấy giãn cách xã hội dù sao vẫn dễ chịu hơn là "giãn cách gia đình".

Câu nói lạt lẽo của cô vợ, thái độ lạnh lùng của anh chồng gợi nhớ câu nói của nhà văn, nhà viết kịch W. Somerset Maugham, "Thảm kịch của tình yêu không phải là cái chết hay nỗi chia lìa, mà là sự dửng dưng."

Những ngày dài "stay home" dễ làm con người trở nên bực bội, quạu cọ khi phải tự nhốt mình trong một không gian kín và khi hai vợ chồng không còn biết làm gì hơn là ngồi... nhìn nhau. Truyện còn là lời cảnh báo mọi người phải lo "bảo quản" không khí trong lành trong ngôi nhà của mình kẻo không khéo lại chết vì thiếu dưỡng khí trước khi con virus quỷ quái ấy kịp ghé thăm.

Những nỗi nhàm chán, dửng dưng trong tình yêu vợ chồng cũng dựng lên bức tường ngăn cách vô hình làm mất đi ít nhiều hạnh phúc trong cuộc sống lứa đôi.

Đọc thêm ít truyện như *Sợi vắn, sợi dài*, như *Dọn nhà, dọn lòng*, như *Vẫn chuyện cố nhân*... vẫn như thấy có mình trong đó. *Vẫn chuyện cố nhân* chẳng hạn, một truyện cười ra nước mắt, người đọc có lúc thấy ông chồng trong truyện giông giống ông chồng mình hoặc cô vợ trong truyện giông giống cô vợ mình.

Khi mà người đọc phải khó chịu vì cô bạn gái vô duyên của ông chồng hoặc bực mình vì ông chồng "dại gái", cũng tựa như ghét cay ghét đắng nhân vật "phản diện" trong cuốn phim nào, thì xem như tác giả đã thành công. Những anh chàng, những cô nàng thật "vô tư", những vị khách không mời mà đến ấy ta vẫn gặp đâu đó trong đời này, ở đâu bỗng nhảy xổ vào cuộc sống êm đềm của chúng ta mà không thèm hỏi qua ý kiến ai cả.

Người đọc thích đọc truyện Hoàng Quân một phần

cũng vì tìm thấy mình, tìm thấy những chuyện dở khóc dở cười, những cảnh ngộ trái ngang mà ai cũng có lần đụng phải, rơi vào. Điều này cho thấy ở Hoàng Quân cái sở trường về lối văn kể chuyện, từ những chuyện thường ngày của "gia đình tôi", "chồng con tôi", "chàng (hay nàng) của tôi"... đến những mẩu chuyện buồn vui gần gũi đời thường.

Không chỉ là những truyện vui vui, truyện ngắn của Hoàng Quân đôi lúc vẫn có cái buồn buồn nhẹ nhàng tựa những cơn mưa bóng mây. *Con đường mùa xuân* chẳng hạn, là câu chuyện về những tình bạn ấm áp và cảm động, có vui có buồn với một kết thúc... có hậu.

Tôi nhớ, có lần nói với tác giả nửa đùa nửa thật, "Văn Hoàng Quân như 'liều thuốc bổ' giúp tăng cường sinh lực, mang đến sự trẻ trung, vui tươi cho người đọc." Nói thế là có lý do, vì có câu "Tiếng cười là liều thuốc bổ". Đặc biệt, truyện Hoàng Quân còn là món ăn tinh thần hợp khẩu vị giúp người đọc tạm quên đi phần nào những âu lo và làm dịu bớt không khí nặng nề, ngột ngạt trong mùa dịch dai dẳng này.

Nhiều truyện trong tập truyện này có vẻ là truyện thật hoặc tạo cho độc giả cảm tưởng là những câu chuyện thật, nếu không là bút ký hay tự truyện của tác giả thì cũng là viết xuống từ những chuyện "người thật, việc thật". Có bao nhiêu phần trăm sự thật trong những truyện ấy thì chỉ tác giả mới biết được. Dù thế nào đấy vẫn là những truyện khá thuyết phục và khiến người đọc thêm yêu mến, gần gũi với người viết. Đó cũng lại là sở trường trong lối viết và kỹ thuật dựng truyện của tác giả.

Trong chương trình nhạc Văn Phụng, ca sĩ Châu Hà,

với mái tóc ngắn, bà bảo Suối Tóc ngày xưa là nguồn cảm hứng để ông viết nhạc tặng bà, bây giờ đã thành suối cạn...

Nàng không hề mơ chàng viết nhạc, viết thơ tặng nàng. Nàng chỉ ước ao, ngày nào khi suối cạn, nàng vẫn còn nhận được ánh mắt đằm thắm của chàng, dẫu hấp háy qua làn kính lão.

Đoạn văn ấy ở trong truyện *Sợi vắn, sợi dài*. Câu trên là chuyện có thật, những câu dưới là mượn ý từ mẩu chuyện có thật để bày tỏ nỗi "ước ao" của nhân vật về một tình yêu bền chặt.

Tên truyện cũng là tên của tuyển tập truyện ngắn này. Liệu truyện ấy có là truyện ưng ý nhất của nhà văn trong số 15 truyện của tuyển tập? Nếu không phải vậy hẳn tác giả chọn ngẫu nhiên, hoặc vì lý do thầm kín nào đó... chỉ tác giả biết mà thôi.

Và người đọc, hoặc sẽ chọn ra được trong tập truyện này truyện nào mình thích nhất, hoặc cũng khó mà nói được mình thích nhất truyện nào vì mỗi truyện mỗi khác cũng tựa như những lọn tóc mai vẫn có... sợi vắn, sợi dài.

Lê Hữu
(Seattle, WA Tháng Tám 2021)

SỢI VẮN, SỢI DÀI

Nàng cầu cứu Đào:

- Tuần sau Đào rảnh, dẫn tui đi xỏ lỗ tai nghe.

- Ủa, chớ hồi giờ bồ hổng biết mùi bông tai là gì hả? Mất nửa đời người. Sao tự nhiên hứng bất tử, đòi đâm tóc, đâm tai vậy?

- Tới hôm nay, tui vẫn cảm thấy đời đẹp như mơ, dù tai tui không lủng chỗ nào. Mà tại chàng nhắc lui, nhắc tới là phải xâu lỗ tai, để mang cặp bông tai kim cương quà cưới của má chàng. Anh rất hãnh diện về món quà này. Nghe nói 5 *ca- ra* thì phải.

Bên kia đầu dây, có tiếng kéo ghế rột rột:

- Bồ chờ, chờ chút xíu. Tui ngồi xuống, lấy hơi, tui sắp sửa đứng tim vì... ganh với bồ đó. Bồ có chắc chắn, bồ nghe rõ không? Bồ có biết 5 *ca- ra* là bao nhiêu không?

Nàng cười khì khì:

- Ờ, tui nghe anh nói nhiều lần. Nhưng tui không nhớ rõ.

Nàng chợt nhớ đơn vị đo lường của "ta". Hình như là lạng, phân, chỉ gì đó, bèn chỉnh lại:

- Nếu không phải 5 *ca- ra,* vậy thì 5 phân.

Tiếng Đào cười ré làm nàng giật mình. Đào vừa nói, vừa cố dằn lại trận cười:

- Thôi, thôi... đúng là con gà mờ. Hột xoàn to bây nhiêu bồ mang ở tai, chắc tai bồ bữa trước, bữa sau thành tai… Phật. Tui cho bồ hai cái túi ny- lông của siêu thị, mỗi túi bồ đựng một hột.

Đào hức hức:

- Bồ... bồ đi tìm cây thước, coi thử 5 phân là bao nhiêu. Chết chết, tui cười sắp đứt ruột. Bồ hỏi lại ổng có phải 5 ly hay không? Mà nhớ nhen! Khoan kể cho ai nghe cái tài sản vĩ đại bồ sắp có.

Nàng tẽn tò:

- Ừ, hình như 5 ly. Mà, mà bộ như vậy là nhiều lắm hả?

Đào bớt cười, lên giọng đàn chị:

- Chớ sao. Đưa vàng bạc châu báu cho mấy người như bồ, phí của trời. Ừa, được rồi, thứ Bảy này tui dẫn bồ đi.

Nàng vẫn băn khoăn:

- Đào biết chỗ nào làm đàng hoàng, hợp vệ sinh không?

Nàng nhớ, hồi nhỏ nhìn thấy những trẻ em cùng lứa mang bông tai, nàng thường cành nanh. Sau này, Ba nàng kể rằng, sở dĩ Ba không cho con gái xỏ lỗ tai, vì đã thấy trường hợp nhiễm trùng rất nặng.

Đào trấn an:

- Bồ yên tâm. Xứ sở này làm gì cũng ngon lành. Tiếc là vành tai tui có hạn. Chớ không, tui đi xỏ vài chục lỗ rồi.

Đào cười hích hích:

- Được mang cái hột "xàn" bự như dzậy, phải cắt nửa lỗ tai, tui cũng chịu.

Đào hạ giọng:

- Ê bồ, mấy thằng em của ảnh, ván đã đóng... thùng chưa? Hay là bồ với tui làm chị em... cột chèo với nhau đi.

Nàng đã xỏ tai và ngoan ngoãn để chàng xỏ mũi dắt nàng lên xe hoa. Nàng đưa tay rờ rờ tai. Vậy mà "hạ tầng cơ sở" để mang bông tai đã hơn 20 tuổi. Đào không thành chị em bạn dâu với nàng. Tai nàng vẫn không thay đổi diện tích so với ngày chưa mang bông tai. Món quà cưới nàng đeo trong ngày vu quy của nàng, rồi cất kỹ trong tủ. Chỉ khi nhà chồng có tiệc tùng, cưới hỏi, nàng mới đem vòng nhẫn lấp lánh tròng lên đầu cổ như đồng phục của gia đình. Nàng đùa với Đào, người sang làm kim cương sáng thêm, còn người như nàng, chỉ làm hột xoàn thành hột xoàng thôi. Đào cười rúc rích:

- Ừa, biết rồi. Chỉ tình cho không, biếu không, đã đủ cho bồ hát inh ỏi rằng, cuộc tình quá lớn, ôi biết nói gì cuộc tình lớn quá.

Chàng yêu nàng say đắm, *với những si mê khôn nguôi như buông vào tim/ Trong đáy tim anh yêu em...* Nàng yêu chàng bằng trọn trái tim sôi nổi của tuổi đôi mươi. Yêu chàng, nàng yêu cả đường đi, yêu cả tông chi họ hàng của chàng. Nàng muốn nói với chàng, *Your love's put me at the top of the world.* Tình yêu tròn trịa như trái mù u.

Nàng phơi phới chân sáo. Nàng *đang nhìn thấy màu hồng ở khắp nẻo đường nhẹ thấm vào hồn.* Bỗng, nàng vấp, chúi nhủi. Chân ướt, chân ráo về nhà chồng, cô em chồng nghinh đón bằng câu nói đùa: "Thời buổi này, chỉ cần thảy ra mấy hột xoàn, con gái theo rần rần." Nàng sụt sùi:

- Đào coi, tình yêu tui trân quý biết bao nhiêu, mà trở thành vật chất, trần tục như vậy.

Đào ào ào:

- Ui, đúng là giặc bên Ngô không bằng mấy mụ cô bên chồng. Kệ mấy mụ. Bồ đâu thèm mấy cái hột đó. Bồ trả quách lại cho mấy con cà chớn đi.

- Thôi, làm vậy coi sao được. Tội anh đứng giữa, anh khổ tâm lắm.

Nàng làm bánh nậm mời nhà chồng. Vài tuần sau, cô em chàng gọi điện thoại rủ vợ chồng nàng đến cơm chiều. Cô em đãi món bánh nậm. Cô em nhận xét, miền Trung khô cằn, nghèo nàn. Cái gì cũng thiếu, chỉ có lá chuối là thừa. Bởi thế, cô em "hoàn thiện" món bánh nậm theo kiểu đồng bằng phì nhiêu của miền Nam. Cô em lấy bột gạo, pha chung với nước cốt dừa vào khuôn bánh tròn, phía trên cô em xếp kín những con tôm to (cô gọi là tép). Thuở ấy, tôm tép đắt gấp năm, gấp mười thịt bò. Đây thực là món ăn cực kỳ xa xỉ. Nàng thấy buồn cười. Vừa buồn, vừa cười. Nàng cười trong trí, đấy là bánh đúc, loại bánh người xưa bảo muốn no nên ăn, chứ không phải bánh nậm thanh cảnh. Nàng buồn ra mặt. Chắc người ta "mát mẻ" theo kiểu bề trên: "Chuột sa chĩnh gạo, sướng nhé!" Chàng tương kế tựu kế, cố làm đẹp lòng đôi bên. Chàng nấu những món ăn gia đình chàng thích, dán nhãn *made by "my house"*. Rốt cuộc, phản tác dụng. Các em của chàng biết tẩy, đâm ra bực chàng, gầm gừ, "Ổng đúng là làm chuyện ruồi bu. Mắc mớ gì phải hầu bả tới bến dzậy!".

Những khi gia đình chàng bàn về hột trong, hột đục, vàng núi, vàng non, nàng ngồi ngậm tăm, im phăng phắc. Chàng trách, nàng không hòa đồng. Nàng đành chịu, không thể tham gia câu chuyện, vì nàng thiếu kiến thức về nữ trang. Khi anh chị em nàng chuyện trò, chàng bỏ đi. Nàng rủ ngồi chơi, chàng giận dỗi: "Ba cái chuyện thơ văn, anh biết gì mà nói". Tự lúc nào nàng chẳng rõ, trái mù u đã chuyển thành trái ấu. Nàng săm soi, tránh những góc cạnh, để đỡ trầy xước.

Nàng đọc cuốn sách về đàn ông, đàn bà. Tác giả không phải bà con họ hàng gì với nàng. Cũng chẳng hàng xóm láng giềng. Ông John Gray ở tít tận lục địa khác. Mà sao câu chuyện ông ấy kể, giống hệt cảnh hai vợ chồng nàng đi dự đám cưới hôm nào. Tháng mười, trời tối thật nhanh. Chàng làm tài xế, nàng làm "lơ" xe. Công việc tuy chia rạch ròi, nhưng chàng chạy theo ý chàng, chứ không theo "tư vấn" của nàng. Nàng đoán, chàng đã rời xa lộ hơi sớm. Nhìn những tên đường, địa danh hoàn toàn không giống bảng hướng dẫn đường đi. Nàng dè dặt góp ý:

- Hay mình chạy trở ngược ra xa lộ đi anh.

Chàng nhíu mày:

- Em thì chuyện gì cũng rành, cũng giỏi.

Chàng vẫn tiếp tục rẽ trái, rẽ phải quanh quẩn trong phố, chứ không hề có ý định quay ra xa lộ. Thuở ấy, vợ chồng nàng chưa biết đến phát minh *navigation*. Đi đâu cũng dùng bản đồ bằng giấy, ngang dọc mỗi bề một mét. Càng lúc, những con đường chàng chạy chẳng ăn nhập gì với bản đồ trên tay nàng. Nàng đề nghị tạt vào cây xăng hỏi đường. Chàng gắt:

- Không chuyện gì phải ghé hỏi cho rắc rối. Đi một hồi phải đến.

- Tất nhiên mình sẽ đến. Nhưng lúc nào? Người ta tan tiệc, mình đến làm gì nữa. Tới trễ quá coi cũng kỳ.

Chàng cáu kỉnh:

- Đi ăn cưới. Chớ có phải trình diện hãng mà phải đúng giờ từng giây, từng phút.

Nàng băn khoăn:

- Đằng nào mình cũng trễ ít nhất là một tiếng đồng hồ.

- Nếu em biết đường, em chạy đi. Còn không, làm ơn để yên cho anh lái, cứ lải nhải, nhức đầu lắm.

Nàng nghẹn cổ, nhìn chăm chăm lòng đường. Nàng nhủ lòng, sẽ chẳng bao giờ góp ý, thêm lời, khi ngồi chung xe với chàng.

Vợ chồng người bạn đến chơi. Chồng Bắc, vợ Nam. Đến cửa, chưa thấy người, đã nghe giọng cô bạn líu lo:

- Bữa nay em đặc biệt làm mắm chưng cho anh nè. Em phải chờ chồng em ra khỏi nhà, em mới nấu. Tại ảnh dân Bắc kỳ, không ngửi được mùi mắm chưng.

Chàng coi bộ cảm động dữ:

- Trời, hàng độc, hàng hiếm à nhen. Anh phải cất kỹ, ăn từ từ.

Cô bạn quay qua nàng:

- Chị người Trung, chắc đâu biết mấy món miền Nam hả?

Cô bạn chẳng nhìn xem nàng gục hay lắc, nghiêng nghiêng đầu phía chàng, huyên thuyên:

- Chỉ có người Nam tụi mình mới hạp nhau thôi hén anh.

Anh bạn Bắc kỳ và nàng ngồi lạc lõng nghe hai người "Nam kỳ tụi mình" rôm rả chuyện trò. "Sầu riêng ngon hết xẩy. Chỉ dân sành ăn mới biết thưởng thức. Chời chời, mắm dà rau, ngon bá cháy hén...". Anh Bắc kỳ lững thững ra vườn hút thuốc. Nàng thấy mình thừa thãi trong buổi mạn đàm của "đồng hương", lẳng lặng xuống bếp dọn dẹp.

Một người quen sơ gửi gắm chàng sứ mệnh đặc biệt: Bán giùm chiếc xe cũ của đứa con gái riêng của chị ấy. Cả cuối tuần, chàng hì hục đại trùng tu chiếc xe, o bế không thua gì xe của chàng. Có người gọi đến hỏi tình trạng chiếc xe, chàng thao thao:

- Xe của con gái tôi ấy mà. Nó chạy đàng hoàng lắm. Tôi để ý dầu nhớt đều đặn. Ông yên tâm, xe còn ngon...

Người ta đến coi xe, chàng lăng xăng tựa như ông bán hàng chuyên nghiệp. Chờ chàng hớn hở tường thuật với chị ấy xong, rằng xe bán được giá. Nàng sa sầm mặt, dấm dẳng:

- Mình đâu có đứa con gái nào. Sao anh phải đặt chuyện bùm xùm như vậy?

Chàng xù lên:

- Em sao hẹp hòi. Người ta nhờ nói như vậy, cho dễ bán. Có mất mát gì đâu. Giúp bạn bè được chừng nào, hay chừng ấy.

Nàng mím môi:

- Nhưng đó đâu phải sự thật. Làm vậy là sai nguyên tắc.

Chàng gạt ngang:

- Em lúc nào cũng đúng, lúc nào cũng có lý. Vừa lòng chưa!

Chàng hầm hầm đi ra xe. Nàng thấy ngón tay mình run run khi bấm số gọi Đào. Đào tức tối:

- Thiệt tình. Hổng chừng ít bữa bả nhờ chồng bồ bán xe của bả, biểu ổng nói là xe của vợ ổng, chắc ổng cũng nhận lời. Tui thả tay luôn.

Những cuộc điện đàm với Đào là những dịp cho nàng kể lể, xả giận. Nàng mừng rỡ:

- Đào gọi qua, coi như tui thoát.

- Thoát gì? Khỏi rửa chén hả?

- Không, rửa chén tui đâu ngán. Mà từ chiều giờ, nghe trọn *top hit* ca sĩ ruột của ông chồng là mệt ngang xương.

- Nè, cho bồ hay. Xã xệ bồ chắc cũng đau mình, nhức mẩy, khi nghe ông ca sĩ luật sư kể lể... *nắng Sài Gòn anh đi mà chợt mát.*

- Cám ơn Đào nhắc chừng. Tui để ý. Hồi nào anh có nhà, tui không nghe nhạc xưa nữa. Mà Đào ơi, sao tui không ưa nổi mặt má bầu của nường ca sĩ.

Đào cười rúc rích:

- Má bầu nhìn lâu muốn chửi hả? Sướng chưa? Tui nói giùm điều bồ nghĩ trong đầu.

- Trời đất. Tui không có ý định chửi ai. Nhưng thấy mặt ca sĩ, nghe cổ ca, là tui muốn bịnh.

Đào cười lớn:

- Ê, bồ có biết tại sao bồ ghét cô ca sĩ không?

Nàng chưa kịp trả lời. Tiếng Đào gọn lỏn:

- Tại bồ ghen.

Đào không thấy nàng trề môi, nhưng nghe rõ giọng nàng xuôi lơ:

- Còn lâu hà.

Nàng nghĩ, nếu có hiện tượng ghen, không chừng là dấu hiệu tốt.

Đào chép miệng:

- Nhiều người tưởng tui già kén kẹn hom. Đâu phải vậy. Tui cười nói rân ran, chớ nhiều khi một mình, cô đơn dễ sợ. Con cá trong lờ khóc đỏ lơ con mắt, con cá ngoài lờ ngúc ngoắc muốn vô.

Nàng cười buồn, nhái theo một chuyện diễu, chia sẻ nỗi niềm của bạn:

- Tui hiểu rõ nỗi cô đơn của Đào lắm. Tại tui lập gia đình mấy chục năm rồi.

Chàng nàng chuẩn bị đi đến nhà bạn chơi chiều thứ Bảy. Sắp sửa ra cửa, chàng dừng lại, cúi cúi nhìn sàn nhà. Chàng treo chìa khóa xe lên móc. Chàng quày quả vào bếp lấy cuộn băng keo, cắt một đoạn. Chàng lồm cồm bò dọc hành lang, dùng miếng băng keo gom mấy sợi tóc rụng trên sàn. Những sợi tóc dài của nàng, chứ không phải sợi tóc ngắn của chàng.

Vài chục năm trước, thuở yêu thương ngập lòng, nàng đặt mua tận bên Mỹ tập nhạc *Ngàn Lời Ca* của nhạc sĩ Phạm

Duy. Nàng nắn nót viết tặng chàng *"... và xe tơ kết tóc giam em vào lòng thôi..."*

Chuyện *ngày đó chúng mình* giờ đây tưởng như chuyện thần thoại, chuyện cổ tích. Chàng vẫn lom khom quanh bàn *computer* của nàng. Nàng sốt ruột:

- Mình đi kẻo trễ anh ơi. Tối về em sẽ thanh trừng, nhất định không sót sợi nào.

Giọng chàng khó chịu:

- Đi chơi mà sao phải *Stress* dữ vậy.

Tự lúc nào, chuyện tóc tai của nàng trở thành đề tài "nhạy cảm" giữa vợ chồng nàng. Biết tính chàng "xung khắc" những sợi tóc rụng vô tổ chức của mình, nàng để ý dọn phòng tắm kỹ càng, không để sót tàn dư. Nàng tìm nhiều biện pháp ngăn chặn sự ra đi thiếu trật tự của lũ tóc. Nàng đổi các loại dầu gội, uống nước hạt *chia*, bôi dầu dừa... Ai mách mẹo gì, nàng cũng thử. Đôi khi bắt gặp những sợi tóc tội nghiệp của nàng trên xa- lông, chàng lẩm bẩm:

- Tóc em sao mà rụng tối ngày sáng đêm.

Nàng đùa:

- Anh đổi cho em đi. Tóc anh tha hồ rụng. Bao nhiêu em cũng dọn. Miễn tóc em đầy đủ, đâu yên đó, là em mừng.

Trong chương trình nhạc Văn Phụng, ca sĩ Châu Hà, với mái tóc ngắn, bà bảo *Suối Tóc* ngày xưa là nguồn cảm hứng để ông viết nhạc tặng bà, bây giờ đã thành suối cạn. Dẫu suối cạn, nhạc sĩ Văn Phụng bên phím đàn cùng ca sĩ Châu Hà vẫn đong yêu thương đầy từng chữ, từng nốt nhạc của bài hát... *trong ý thơ, cung đàn và suối tóc mơ...* Đấy là bức tranh hạnh phúc thật đẹp, nàng ngắm hoài không chán.

Thuở xem chương trình này, tóc nàng vẫn còn *liễu xanh xanh lả lơi*. Nàng không hề mơ chàng viết nhạc, viết thơ tặng nàng. Nàng chỉ ước ao, ngày nào khi suối cạn, nàng vẫn còn nhận được ánh mắt đằm thắm của chàng, dẫu hấp háy qua làn kính lão.

Bỗng dưng, nàng nghe tiếng thở dài nhè nhẹ của mình. Tóc ơi, *sợi vắn, sợi dài*. Chẳng nhẽ phải *lấy nhau chẳng đặng*, mới được *thương hoài ngàn năm* hay sao?

Tháng Tư 2018

Trích lời ca trong các nhạc phẩm:

Em Là Tất Cả, nhạc ngoại quốc (*You're My Everything* by Santa Esmeralda), lời Việt Duy Quang

Top of the World by the Carpenters
Tôi Đang Mơ Giấc Mộng Dài của nhạc sĩ Phạm Duy
Áo Lụa Hà Đông của nhạc sĩ Ngô Thụy Miên, thơ của thi sĩ Nguyên Sa
Ngày Đó Chúng Mình của nhạc sĩ Phạm Duy
Suối Tóc của nhạc sĩ Văn Phụng
Tóc Mai Sợi Vắn Sợi Dài của nhạc sĩ Phạm Duy

GỪNG CÀNG GIÀ...

Càng cay

Xong đại học, tôi ngoài 35 tuổi. Như trúng số độc đắc, tôi nhận việc ở tổng hành dinh của một ngân hàng lớn trên nước Đức. Sếp cũng như đồng nghiệp, ngỡ tôi cùng tuổi với sinh viên (bình thường) mới ra trường, tức là ngấp nghé 25 tuổi. Bởi thế, họ chăm sóc tôi theo hàng con cháu. Tuổi không trẻ, tài không cao, là người Á châu duy nhất trong nhóm, tôi rét, đi đứng khép nép. Đồng nghiệp hướng dẫn điều gì, tôi ghi chép cẩn thận. Tôi để ý, bà Becker trong nhóm rất có uy. Tiếng nói của bà nặng ký lắm, có gang, có thép hẳn hoi. Nghe đâu, bà là dân kỳ cựu, chung vai, sát cánh với ngân hàng gần ba chục năm. Vì vậy, lúc nào được bà dạy dỗ, tôi nhất nhất khắc cốt, ghi tâm. Việc gì bà chỉ bảo tôi làm, sếp yên tâm, chẳng cần phải bới lông tìm vết. Sau vài tháng tôi gia nhập Phòng Tín Dụng Quốc Tế, tôi được dự sinh nhật của bà. Bà tròn năm mươi tuổi. Sếp nhỏ, sếp lớn đến chúc tụng. Mọi người cười nói vui vẻ, *je oller, desto doller*, càng già, càng gân.

Tôi ngẫm nghĩ, ồ, thì ra, chuẩn mực gừng càng già, càng cay cũng có giá trị ở xứ này. Tôi cung kính chúc mừng sinh nhật bà. Bà tưởng tôi còn nhỏ, bằng tuổi con bà. Bà vỗ nhẹ vai tôi: "*Mein Kind, Du hast noch viele, viele Jahre bis Du so alt bist wie ich.* Con gái, còn nhiều, nhiều năm nữa con mới già bằng bác bây giờ". Lúc đó, tôi tưởng chắc lâu lắm, tôi mới đến tuổi năm mươi. Mặc dầu làm phép tính đơn giản, chưa tới 15 năm, tôi sẽ bước vào tuổi ngũ tuần như bà. Tưởng tượng ít bữa, khi tuổi tôi tròn nửa thế kỷ, tôi được trọng vọng ra trò.

Dự định của tôi, sống ăn trắng, mặc trơn trong văn phòng cho đến khi về hưu, đành phải gạch bỏ, vì ngân hàng lỗ lã, buộc phải cắt giảm nhân sự. Tôi giã từ ngân hàng khi tuổi ngoài bốn mươi đã mấy năm. Gởi đơn xin việc, tôi băn khoăn, lo lắng, bởi, các "địch thủ" đang cùng trên đường chạy đua tìm việc nhỏ tuổi hơn tôi rất nhiều. Ấy, vậy mà chỉ qua hai vòng "tra khảo", tôi nhận hợp đồng dài hạn với công ty viễn thông có tầm vóc quốc tế. Tôi cho phép mình hiu hiu tự đắc, tấm tắc: "Biết mà, tây cũng như ta. Hễ gừng càng già, tất phải càng cay."

Về sau, tôi mới biết, bé cái lầm. Tôi may mắn xuất hiện đúng lúc, đúng chỗ. Chứ chẳng phải tại tôi "càng cay" mà được việc. Hãng đang cần gấp nhân viên. Tưởng tượng như người đói lả, bát cơm nguội cũng quý. Cho nên, thấy tôi có tay nghề thích hợp, hãng mướn ngay. Không nề hà chuyện tuổi tác.

Càng ế

Mất việc lần thứ hai, khi tôi đã thổi 50 ngọn nến sinh nhật trước đó vài năm. Nhân viên Sở Lao Động trấn an: "Bà yên tâm. Tuổi trên 50, nhưng bà có nhiều năm làm việc cho những hãng quốc tế. Thể nào bà sẽ tìm được việc sớm." Trong khóa học của Sở Lao Động dành cho trí thức cao cấp, tôi gặp người bạn Đức tốt bụng. Anh bạn (tôi lịch sự gọi vậy, chứ "ảnh" nhỏ hơn tôi 5 tuổi), tiến sĩ ngôn ngữ học, đồng cảnh ngộ, anh ta giúp đỡ tôi rất tận tình. Những năm qua, tôi chỉ một lòng, một dạ với hãng đang làm. Tôi nghĩ, công ty cho mình "túp lều lý tưởng". Cớ chi phải ngó ngang, liếc dọc tìm chỗ khác. Tôi không còn khái niệm viết đơn xin việc làm. Bất ngờ, hãng đóng cửa. Tôi xính vính. Tôi dày dạn kinh nghiệm làm việc, nhưng rất non tay xin việc. Tôi nhờ anh bạn Đức đọc giúp, chỉnh sửa lý lịch, đơn xin việc, để hồ sơ của mình bắt mắt các nhân viên xét đơn. Tôi để trống dòng ngày sinh tháng đẻ. Có lẽ vì thế, anh ta đinh ninh tôi nhỏ tuổi hơn anh ta. Anh ta xuýt xoa mãi: "Lý lịch của em vầy thì lo gì không có việc. Em rồi đắt như tôm tươi. (Thiệt ra, anh ta nói *wie heiße Semmeln,* đắt như bánh mì nóng. Ở Đức, tôm tươi là mặt hàng bán rất chậm, tại mắc tiền và không phổ biến). E rồi em phải lo nghĩ không biết chọn hãng nào..." Nghe anh ta nói, tôi yên bụng, đem mẫu lý lịch đã được vẽ vời tô điểm, điền năm sinh, lựa tấm hình đẹp gắn vào, gởi đơn đi. Xin việc làm mà tôi cứ phớt tỉnh Ăng- Lê. Tưởng như những hãng đang tranh giành nhau *händeringend,* lôi kéo tôi cho được. Gởi chục cái đơn. Mấy tuần đầu chẳng nghe ai ừ hử. Nhiều tuần sau mới có vài thư trả lời, uể oải, rằng rất tiếc...

Tôi chợt ngộ ra, thôi rồi, gừng càng già, càng ế. Hàng hóa khi ế phải nhanh chóng có biện pháp thích hợp về tiếp thị, về chính sách giá cả. Viết đơn xin việc, cớ gì phải vạch áo cho người xem... tuổi. Tôi ngẫm nghĩ, phải rồi, trẻ khoe, già che, mục ngày sanh tháng đẻ phải rút ra ngay. Lựa tấm hình căn cước có đầy đủ tiêu chuẩn khỏe, trẻ, đẹp gắn vào lý lịch. Làm sao để hãng không đánh rớt mình ngay vòng loại. Chủ yếu là mình có cơ hội gặp hãng, có cơ hội thuyết phục họ. Lúc đó, có già đi vài tuổi chẳng sao. Quan trọng hơn, để khách hàng cảm thấy mua được giá hời, tôi quyết định chương trình đại hạ giá, bán rẻ chất xám.

Càng rẻ

Nhóm làm việc của tôi có thêm người mới. Ông ta gom chung tôi với đám đồng nghiệp lóc nhóc, gọi tụi tôi là *junge Leute* mấy người trẻ. Tôi đảm trách phần dạy việc cho ông. Ông bảo:

- Cô còn trẻ, nhanh nhẹn. Nhưng cô áp dụng vận tốc này cho tôi đâu được. Tôi 55 tuổi rồi.

Tôi không dại, lạy ông tui ở bụi này. Tôi tủm tỉm, an ủi:

- 60, 70 tuổi vẫn coi như còn trẻ măng ông ạ. (Sẵn dịp, tôi cũng tự an ủi, vì tôi hơn ổng vài tuổi mà.)

Ông than van:

- Ngày trước, tôi làm quần quật. Lương tiền hậu hĩnh. Khổ nỗi, đâu còn thì giờ và hứng thú để tận hưởng cuộc sống. Đùng một cái, tôi ngã bệnh. Ở nhà dưỡng bệnh gần hai năm trời. Giờ có việc gì, nhận việc ấy, chứ đâu dám chọn lựa. Tôi bắt đầu thấy xuống dốc rồi cô ơi. Công ty trả lương lậu rẻ mạt. Lúc mình trẻ, hãng vắt kiệt sức mình. Giờ mình già, hãng xưởng lơ là, tiền bạc èo uột.

Tôi cắt nghĩa thành ngữ vắt chanh bỏ vỏ của tiếng nước tôi. Ông gật gù:

- Tiếng Việt của cô thú vị thật.

Thấy ông mặt mũi vẫn dàu dàu. Tôi diễu cho ông bớt buồn:

- Ông ơi, hồi giờ vắt chanh xong, ai cũng quăng vỏ, chứ chứa vỏ làm chi cho chật nhà.

Ông tâm sự:

- Cô biết không, thời buổi vật giá leo thang, tiền lương của tôi bị giảm gần phần tư. Hồi đó, tôi chạy xe hãng, phong lưu lắm. Còn bây giờ, cò kè, xin hãng phụ cho tiền đi xe lửa. Cầm đồng bạc trên tay, muốn tiêu gì, phải lật qua, lật lại, năm lần, bảy lượt.

Tôi một nách chồng con và bầy... cá vàng ngoài vườn mà vẫn tỉnh bơ. Còn ông, chỉ lo mỗi thân ông và con chó lông xù. Chuyện nhỏ tí tẹo. Ngó bộ ông lăm le đi làm... mỏ than. Tôi cười cười:

- Tiền bạc chỉ là chuyện vặt vãnh thôi ông ạ. Tui lãnh lương ngang ngang với thời mới vào nghề cách đây mấy chục năm. Ngó bản lương, tui thấy mình non choẹt như sinh viên mới ra trường. Mình dùng phương tiện công cộng là đóng góp hiệu quả vào việc bảo vệ môi trường. Nhờ ông và tui đi xe lửa nên trái đất bớt nóng đó ông. Ngoài ra, ít tiền cũng lợi lắm nhen. Bớt ăn, tránh được béo phì. Càng tốt chứ sao.

Ông lắc đầu, chép miệng:

- Tôi bái phục suy nghĩ lạc quan của cô. Nhưng tôi chịu thua, không bắt chước cô được.

Càng vui

Mấy chục năm sống ở Đức, thời đi học cũng như đi làm, tôi luôn dùng phương tiện công cộng. Trên đường đến trạm xe, sải bước. Rời khỏi xe, rảo chạy. Lúc nào tôi cũng trong tư thế chạy đua, chạy cho kịp chuyến xe, chuyến máy bay, buổi họp... Nhưng giờ đây tôi đã bỏ tác phong công nghiệp sau lưng. Vắng mợ, chợ vẫn đông. Hãng không có tôi, chẳng "chết thằng tây" nào. Hơi đâu, mà vội, mà vàng. Ngồi trong xe điện ngầm đến chỗ làm, lắng nghe người nhạc công chơi đàn *guitar* bài *La Chanson D'Orphée*, hay mê mẩn. Khi người nhạc công xuống xe để đổi qua tuyến đường khác, tôi quyết định ngay, sẽ đến hãng trễ. Tôi tức tốc chạy theo người nhạc công, hỏi ông ta có dạy đàn không. Tôi tập dần thói quen đi đứng nhẩn nha. Chẳng phải tôi bắt chước cô bé đi chùa Hương của thi sĩ Nguyễn Nhược Pháp, không dám đi mau, sợ *số gian nan không giàu*. Nhưng tôi thích chậm chân, ngắm trời đất, ngó cỏ cây.

Xem ra, các đồng nghiệp trẻ cực hơn tôi nhiều. Có người vừa làm, vừa tiếp tục dùi mài kinh sử để lấy *master*. Có người, vào văn phòng, hồn vía để đâu đâu, vì tai còn văng vẳng tiếng đứa con khóc rức rức khi mang con đi gởi nhà trẻ. Tôi có sẵn bằng trong túi hơn 20 năm, cần là lấy ra xài. Con "mọn" của tôi đã vào tuổi ba mươi, yên thân ấm chỗ rồi. Có người mới ra trường, đang trong thời kỳ thử việc, *probation period*, cố gắng đến sớm, về trễ. Thấy sếp không hài lòng, cậu ta cuống cuồng đến tội nghiệp. Phần tôi, bắt chước các cụ "lục thập" ngày xưa, sao cũng "nhĩ thuận" được. Tôi mặc kệ lời cằn nhằn, xóc xỉa của sếp. Sếp có đem miếng mồi tăng lương ra nhử, tôi chẳng thèm.

Cuốn sách *"Die Bessere Hälfte"* (Phân Nửa Tốt Hơn) của bác sĩ von Hirschhausen và giáo sư y khoa Esch như món thuốc bổ tinh thần cho giới trung và cao niên. Nếu tính chung chung, đời người trăm tuổi, thì sau 50 tuổi, theo như định nghĩa của hai tác giả, xét về mặt tâm lý học, đấy là nửa đời tốt đẹp hơn. Đó là lý do hai người đặt tựa thật kêu cho cuốn sách. Nhiều năm, hai tác giả cùng theo đuổi nghiên cứu về nếp sống tích cực trong mọi lứa tuổi. Qua những tìm tòi, tra cứu, cũng như thăm dò ý kiến, hai tác giả đưa ra nhiều nhận xét có liên quan đến tuổi tác. Đa số người ta cảm thấy hài lòng ở tuổi 70 hơn là tuổi 17. Trong cuộc sống hằng ngày, lối hành xử, nếp suy nghĩ sẽ quyết định chất và lượng nửa đời sau của chúng ta.

Thì ra, những suy nghĩ của tôi, thật tình cờ, cũng tương tự như những tiếng nói chuyên ngành trong y khoa.

"Ta" thường nói, gừng càng già, càng cay. Riêng tôi, tôi tâm niệm, gừng càng già, càng... vui. Bởi, nếu không vui, gừng vẫn cứ tiếp tục già.

Tháng Ba 2020

(Đôi Bóng - Tranh Hoàng Thanh Tâm)

NGƯỜI TRONG MỘNG

Chàng đi làm về, thấy nàng ngồi thừ ở *salon*, tờ báo chương trình truyền hình trước mặt. Đứa con bên cạnh chăm chú chơi cái *xylophone*. Ti-vi đang sặc sỡ những đoạn phim quảng cáo. Chàng ngạc nhiên lắm. Thường ngày, nghe tiếng chàng lách cách mở khóa cửa, nàng hớn hở bế con ra đón. Thể nào nàng cũng chuyền con cho chàng bế và bắt chàng phải hôn con một cái thật kêu. Thế mà hôm nay, nàng dường như không biết chàng vào nhà. Nàng giật bắn người khi chàng hỏi:

- Sao, hai mẹ con bữa nay ở nhà vui không?

Nàng lí nhí câu gì trong miệng, chàng nghe không rõ. Đến tối, chàng thực sự kinh ngạc. Thấy nàng đang bận rộn lo cơm nước, chàng bảo:

- Giờ này ti- vi chưa có gì. Anh tắt nha.

Nàng bỗng cao giọng, vẻ bất bình:

- Sao anh biết không có! Anh không xem, thì em xem.

Khuôn mặt nàng đỏ bừng, giận dữ. Chàng đấu dịu:

- Ừ, thì để.

Từ trước đến nay, nàng thường xuyên mắng nhiếc cái ti- vi, vì tội rù quến chàng. Nàng từng nói: "Nếu túng tiền phải bán vật dụng trong nhà, thì ti- vi sẽ là món hàng đầu tiên phải ra đi". Nàng rất lạnh nhạt với ti- vi. Chỉ khi có phim xưa, các chương trình ca nhạc, tạp kỹ đặc sắc, nàng mới ngồi trước màn hình nhỏ. Nàng khăng khăng: "Phim hay, ra hẳn ngoài rạp chiếu bóng xem mới thích".

Ngược lại, chàng mắc bệnh ghiền máy truyền hình. Chàng thường "ôm" ti- vi xem phim trinh thám của Mỹ, hoặc phim kiếm hiệp từ máy *video*. Nhiều lúc nàng mát mẻ: "Em phải ghen với ti- vi. Coi bộ anh yêu nó hơn em."

Thời gian sau đó, nàng như một người khác. Nàng lơ là, ít chuyện trò với chàng. Nàng hay nổi nóng bất ngờ. Đôi lần chàng muốn hỏi, nhưng ngại cơn thịnh nộ khó lường, nên thôi. Nàng vẫn quấn quít con. Nhưng giữa những chăm sóc, chơi đùa với con, nàng bỗng đăm chiêu, ngưng cười giỡn. Rồi sau đó, như cảm thấy có lỗi, nàng lại ôm con nựng nịu, bù lại những lúc xao nhãng vai trò làm mẹ của mình. Lạ hơn nữa, hàng tuần, nàng tự đi siêu thị mua báo truyền hình. Nàng đọc xuôi, đọc ngược tờ báo, nghiên cứu kỹ càng từng mục. Nàng mở ti- vi cả ngày. Buổi tối, khi chàng xem truyền hình, nàng bế con ngồi bên cạnh. Nhưng nàng chẳng theo dõi cuốn phim hay chương trình giải trí trên màn hình. Khi thấy chàng không xem nữa, nàng bấm đổi đài lia lịa. Chàng nghĩ, có lẽ nàng đang sáng chế trò chơi gì mới. Tính nàng nhiều khi nghịch ngợm, ngộ lắm. Tối nọ, nàng vờ giọng rất tự nhiên:

- À, anh. Anh chàng JJ xuất hiện trong chương trình gì anh biết không?

Chàng nhíu mày một hồi:

- Tên nghe quen quá.

Lúc lâu sau, chàng mới nhớ ra:

- À! Anh này làm phụ tá cho ông bầu nổi tiếng của đài ZDF trong các chương trình thể thao đặc biệt đó.

Nàng hỏi dồn:

- Chương trình đó chiếu ngày nào vậy anh, mấy giờ?

Chàng nhún vai:

- Bất thường, khi nào có dịp đặc biệt kia.

Từ đó, nàng không mở ti-vi, mà chỉ dò kỹ chương trình từng ngày. Chàng lờ mờ hiểu, như vậy là nàng muốn xem chương trình *Sport Extra*. Mà để làm gì! Có trời mới hiểu. Nàng thích thơ văn nhạc, phim ảnh, chớ nàng có màng đến thể dục, thể thao bao giờ đâu.

Chàng định, lúc thuận tiện sẽ hỏi nàng. Nhưng bận rộn quá. Trong tuần, đi sớm, về trễ. Cuối tuần, hấp tấp chạy từ siêu thị này qua siêu thị kia mua đầy đủ đồ ăn, đồ dùng cho vợ chồng con. Chủ nhật như con thoi, đưa vợ con thăm hai bên nội ngoại. Rồi một tuần lại qua.

Thấy những thay đổi nơi nàng, chàng lo lắng:

- Em có sao không?

Nàng lơ đễnh:

- Em vẫn thường.

Chàng gặng hỏi, dỗ dành:

- Có gì không? Nói anh nghe đi.

Nàng rơm rớm nước mắt:

- Em kể, mà anh hứa là không giận em nghe.

Nàng ngần ngừ, như tìm lời mở đầu thích hợp:

- Cách đây không lâu, em nằm mơ. Một giấc mơ đẹp hết sức. Em nằm mơ thấy anh chàng JJ. Không biết em và anh ta yêu nhau từ lúc nào. Khi đó, đông đủ mọi người trong nhà bếp, em đang đứng rửa chén. Anh ta choàng vai em, nhìn sâu vào mắt em. Ánh mắt làm em chới với. Hai đứa ngồi bên nhau rất lâu, chẳng nói năng gì, mà em vui không thể tưởng. Lúc anh ta cười với em, khoe hai cái răng khểnh, dễ thương ghê lắm.

Chàng phì cười, cắt ngang:

- Thì anh cũng có hai cái răng lòi xỉ nè.

Giọng nàng nhỏ, nhưng rõ ràng, nàng rất xúc động:

- Anh ta cao cao, gầy gầy, có giọng nói ngọt ngào. Em chẳng nhớ, trong mơ, anh ta nói tiếng Việt hay tiếng Đức. Ngày hôm sau, em đến trường, còn ngẩn ngẩn, ngơ ngơ. Lạ thiệt. Hồi giờ em ngủ hay nằm mơ. Nhưng là những chuyện không đầu đuôi và thường sau khi ngủ dậy, chừng mươi phút sau, em quên sạch trơn. Giấc mơ này lại tròn trịa câu chuyện. Em chỉ tình cờ thoáng thấy anh ta trong ti- vi. Mà em có hề quan tâm, có bao giờ nghĩ ngợi gì đến anh ta đâu. Lạ hơn nữa, về sau, em vẫn thỉnh thoảng gặp anh ta trong mơ. Có lúc em đi xi- nê với anh ta, đi ngang qua phố phường, anh ta mua những món quà nho nhỏ cho em. Khi gặp anh ta trong giấc mơ, em thấy mình vui sướng vô ngần. Sáng ra, thức giấc, em lại cảm thấy bất an, bứt rứt. Càng ngày, ước muốn được thấy rõ mặt anh ta càng mãnh liệt.

Nàng khóc tấm tức:

- Anh có giận em không?

Chàng lắc đầu:

- Đâu có, ai lại đi giận giấc mơ bao giờ?

Chàng thở phào nhẹ nhõm. Nàng kể lể nỗi lòng được rồi, mọi việc sẽ ổn thỏa. Nhưng không! Nàng vẫn miệt mài với những tờ báo ti- vi. Chàng hốt hoảng thực sự, khi nghe nàng gọi tên JJ trong mơ. Hay là chàng ghen? Nhất định không phải! Nàng rất dạn dĩ và hội nhập nhanh chóng vào cuộc sống ở đây. Tuy nhiên, trong tình cảm, nàng luôn chủ trương, *ta về ta tắm ao ta*. Nếu nàng gọi Hùng, Cường gì đó, chắc chắn chàng sẽ đỏ mặt tía tai, phừng phừng nổi giận. Nhưng người "ngoại quốc" chẳng là đối thủ của chàng. Mười anh JJ chàng cũng chẳng ngán. Nàng bệnh mất rồi. Chàng lo lắng không biết đưa nàng đến bác sĩ chuyên khoa nào, không lẽ đi bác sĩ tâm thần. Chàng sốt sắng cùng nàng nghiên cứu báo ti- vi. Không may, mùa này các đội đá banh nghỉ dưỡng giò. Chương trình tường thuật thể thao cũng không xuất hiện. Chiều thứ Năm đi làm về, ngang qua sạp báo, chàng mừng rỡ đến độ suýt la lớn. Hình anh chàng JJ ngay trang bìa báo. Dưới có đề tựa: "JJ, một khuôn mặt rất nhiều triển vọng trong làng tường thuật thể thao". Chàng mua vội tờ báo, phóng như bay về nhà. Nàng sẽ "gặp" hắn, để xem, nàng phản ứng ra sao.

Nàng đang ngồi bó gối ủ rũ trên thảm. Trên bàn có tờ báo giống tờ báo chàng cầm trong tay. Đứa con bên cạnh đang tần mần xếp mấy con thú gỗ. Ti vi không mở. Nghe tiếng chàng, nàng ngước lên, cặp mắt đỏ hoe. Chàng lúng túng, thảy tờ báo lên bàn, nói vụng về:

- *Alles ok* không em?

Không trả lời câu hỏi của chàng, nàng nói nhỏ:

- Anh đưa con đi chơi một chút nha.

Còn một mình ở nhà, không cần kềm chế, nàng òa khóc. Không, đó không phải là anh chàng trong mơ của nàng. Nàng hiểu ra. Anh chàng phóng viên thể thao JJ chẳng phải là người trong giấc mơ của nàng. Nói đúng hơn, "anh chàng" trong mơ của nàng chẳng là ai ngoài đời cả. "Người trong mộng" chỉ là bức tranh nàng vẽ vời trong trí tưởng tượng của tuổi đôi mươi. Của lòng nàng bay bổng với ước mơ *đời êm như tiếng hát của lứa đôi*. Nàng đứng dậy, lau nước mắt, dứt khoát cầm hai tờ báo bỏ vào thùng giấy.

Năm thì mười họa, nàng xem chương trình với những chủ đề đặc biệt của anh phóng viên JJ. Anh ta nói chuyện có duyên, đối đáp thông minh. Tiếng Đức của anh ta dễ nghe cho đôi tai Việt của nàng. Nàng thấy anh ta là một người dễ mến. Nhưng tuyệt nhiên, nàng chẳng chút xao xuyến, vấn vương.

Như mọi người, cuộc sống của nàng buồn vui lẫn lộn. Lần giở những cuốn sổ ghi chép chi chít, nàng giật mình khi đọc mấy câu thơ trong nét viết tay ngả nghiêng của mình.

Có khi ta ngủ mà ta biết/ Cũng có khi lòng ta dửng dưng

Nàng chắc chắn không phải là thơ của nàng, bởi nàng không biết làm thơ. Có lẽ, nàng đã buồn ghê gớm, nên mới mượn mấy câu thơ ướt sũng chép vào nhật ký. Có lẽ, nàng mải bận rộn sụt sùi, nên quên ghi tên tác giả bài thơ. Bên cạnh những ngày tháng sầu khổ, nàng vẫn có muôn vàn thời khắc hạnh phúc. Có lúc nàng mượn câu nói nàng đã đọc đâu đó, *một ngày đẹp trời, cây cỏ đẹp, tình nhân đẹp...*, để chụp lại những giờ giấc nàng phơi phới tin yêu.

***

Thời gian vùn vụt trôi. Mới hồi nào nàng nằm mộng thấy người của đài truyền hình. Nay đã ba chục năm qua. Nàng vẫn hay mơ trong những giấc ngủ. Đâu ai ngủ mà không mơ. Nhưng chẳng giấc mơ nào có bóng dáng người trong mộng. Thời nay, nếu nàng nằm mơ tương tự như thuở xưa, nàng khỏi cần mua báo ti- vi. Mà muốn mua, e không dễ, vì báo ti- vi đang trên đường tuyệt chủng. Mở mắt ra, nàng chỉ cần vài phút vào *internet* là tìm được đầy đủ thông tin, hình ảnh cần thiết. Ai đó đùa rằng, *trăm năm trong cõi người ta/ điều gì không biết thì tra "gú - gồ".*

Ngày nọ, nàng mở đường *link* người bạn giới thiệu một bài hát phổ thơ của người quen. Bài hát, trong tai nàng, không để lại ấn tượng nào rõ nét. Bởi vậy, nàng vừa nghe hát, vừa dọn dẹp "thùng" thư điện tử. Mải miết mở thư, xếp thư, xóa thư, nàng không để ý *link* đã chuyển qua bài hát khác.

Bỗng nhiên, giọng hát trầm ấm của ca sĩ nàng rất ái mộ làm nàng vứt phăng mớ thư từ ngổn ngang. Nàng ngồi yên, lắng nghe từng chữ của lời bài hát, lắng nghe từng nốt của tiếng đàn dương cầm dìu dặt.

Tôi như nắng cháy ngoài đồng khô khan / Cỏ buồn hoang mang mong giọt mưa về thăm hỏi...

Chữ *"hỏi iii"*... luyến nhè nhẹ, như lời ru êm dịu. Phút giây đó, nàng ngỡ như thấy người trong mộng bước ra cõi thực, thì thầm vào tai nàng lời đường mật.

Từ một giấc mơ tôi gặp em niềm vui vỡ bờ/ Từ một

giấc mơ tôi về trên ngõ cũ ngày nào/ Trông vời em dáng áo nhạt màu/ Cho lòng thấy đời tôi còn em như giấc mơ.

Nàng ngộ ra, bao nhiêu năm nay, khi nàng lao đao, vấp ngã, không chỉ vòng tay thân yêu của gia đình nâng đỡ nàng, mà còn có "người trong mộng" với chiếc áo được dệt bằng những vần thơ óng ả, những đoạn văn mượt mà, những điệu nhạc du dương, bước ra đời thường, thân ái dìu nàng, nhẹ nhàng an ủi, vỗ về nàng, đằm thắm thắp sáng niềm vui trong tim nàng. Để rồi, nhiều sớm mai thức dậy, nàng có thể xuýt xoa đón ngày mới: "Ôi, đời còn dễ thương".

Tháng Chín, 2020

Trích lời ca trong các nhạc phẩm:
Hương Xưa của nhạc sĩ Cung Tiến
Từ Một Giấc Mơ của nhạc sĩ Mai Anh Việt

THY WILL BE DONE

Nàng đã đọc đâu đó câu nói của văn sĩ người Anh C.S. Lewis: *"There are two kinds of people. Those who say to God "Thy will be done" and those to whom God says: "All right, then, have it your way."*

Hồi còn bé tí teo, nàng đã biết băn khoăn về tuổi của mình. Tình cờ, nghe bà thím nói chuyện, những người sinh năm Canh Tý số vất vả, cực khổ. Lời nói đó để dấu trong đầu óc non nớt của đứa bé mới vào trung học. Nàng nghĩ, cả thế gian chỉ mỗi mình nàng có tuổi Canh Tý. Nàng không muốn có cuộc đời đã định của tuổi Canh Tý. Rất sớm, nàng manh nha ý định "cải số" của mình. Theo suy nghĩ trẻ con của nàng, nhỏ học giỏi, lớn an nhàn. Nàng không nhớ rõ mình đã áp dụng "chiến lược" này từ lúc bao nhiêu tuổi. Có lẽ, nàng mê học trước khi biết đọc chữ. Nàng đã ăn cháo thánh từ thuở tiểu học. Khi nhà có cúng giỗ, nhất là dịp cúng tất niên, cao lương mỹ vị ê hề. Con nít háo hức chờ tàn nhang để tranh nhau con cua luộc đỏ thắm, cái trứng vịt luộc tròn quay. Hoặc hau háu ngó những lát chả lụa xắt hình thoi, những cuốn ram chiên vàng óng ả. Con bé tuổi Canh Tý nôn nao nhìn đầu bàn, có lư hương, những cây đèn sáp, những nải chuối với hoa phượng vàng ở trên, và quan trọng nhất, có chén cháo thánh. Nàng nghe nói, cháo thánh sẽ giúp đầu óc sáng suốt, học mau, hiểu lẹ, nhớ dai. Với niềm tin mãnh liệt đó, nàng thấy cháo thánh ngon hơn món bồ câu hầm hạt sen hay vịt nấu măng. Cháo thánh đã hiệu nghiệm suốt bao nhiêu năm làm học trò của nàng.

Một lần, nàng và nhỏ bạn hàng xóm, Ti Ti, hai đứa chơi vũ cầu xong, ghé ngồi nơi hiên nhà của vợ chồng chú Lương, vừa nói chuyện, vừa chia nhau nhâm nhi miếng kẹo đậu phụng đường đen. Thím Lương quay qua Ti Ti:

- Mặt mi vầy, trẻ lâu đó nghen.

Thím chỉ qua nàng:

- Chớ mặt của hắn, nét đó mau già lắm.

Nàng ngẫm nghĩ, như mấy anh chị sắp thi tú tài là lớn. Con bé nhìn thím Lương, như thím là già. Thôi, mình chẳng thích già như thím. Nhưng con bé chẳng có thì giờ suy tư thêm. Ti Ti kéo tay con bé, lôi tuồn tuột, rủ chạy ra sau hẻm nhà bà Xê hái trộm vài bông bí, bông bầu chơi. Gần 10 năm sau, con bé gặp lại Ti Ti. Hai đứa ngang tuổi nhau. Mà bây giờ, Ti Ti "già" bằng chị lớn của nó. Nàng nhớ ngay lời nhận xét của thím Lương. Vậy là thím trật lất rồi. Nàng có hề mau già đâu. Nàng vào đại học. Người bạn cùng niên khóa thấy nàng, tưởng, nhóc tì lớp chín, lớp mười theo anh chị vào khuôn viên đại học cho vui. Khi sang Đức, học cùng lớp có người bạn tên Dần, bởi anh sinh năm Dần. Anh thường vui miệng xưng mình là chúa tể sơn lâm. Nói chuyện với nàng, anh chàng cứ một hai, xưng anh Dần, gọi nàng là bé, ngọt xớt. Anh Dần đâu ngờ là "bé" hơn anh hai tuổi. Vậy đó, dù không chủ tâm, nàng đã cải số về ngoại hình của mình.

Từ lâu, nàng chẳng còn bận tâm mơ mắt bồ câu, mũi dọc dừa, miệng trái tim. Nàng biết quý trọng sức khỏe và tinh thần mình hơn, dù chất điệu vẫn còn đậm nơi nàng. Lắm khi, nàng dám ngang nhiên xem lời khen, trẻ hơn so với số tuổi, là nhận xét trung thực. Nàng cứ lừng khừng, để người khác đoán sai về tuổi thật của mình. Nghĩ cho kỹ, thái độ đó là sự thiếu thành thật đối với bản thân mình. Nét già của bề ngoài có hề chi. Tóc bạc? Có thuốc nhuộm biến muối thành tiêu. Da nhăn? Có mỹ phẩm trợ giúp. Nhưng sự lão hóa của tâm hồn mới đáng ngại. Nàng cảm được sự cằn cỗi của hồn mình. Nàng loay hoay một thời gian. Cuối cùng, nàng tìm được đáp số làng nhàng cho mình. Nàng tương đối hóa mọi cảm nhận trong cuộc sống. Nàng không còn mít ướt, hở chút khóc. Nàng chấp nhận nghe tiếng cười của mình chẳng còn giòn giã như xưa. Con tim đã rất nhạy cảm của nàng đâm ra hờ hững với mọi chuyện. Nàng có mặt khắp nơi. Nhưng có lẽ, thưởng ngoạn chỉ là phụ. Mà nặng phần nghiên cứu, thu thập thông tin, để mỗi khi ai bàn đến đề tài nào, nàng vẫn có thể góp chuyện được.

Đôi khi nàng có ý nghĩ "trịch thượng", cười chế diễu những nhớ nhớ, nhung nhung trong thơ văn nhạc. Xem những xao xuyến, tương tư là trò trẻ con lẩm cẩm. Thời kỳ, ai nấy xôn xao đi xem phim *Titanic*. Nàng bỏ mấy tiếng đồng hồ, chiều một mình ra phố, tìm rạp xi- nê. Nàng ngáp dài, ngáp ngắn, chờ hết phim. Vào hãng, tán gẫu với bạn đồng nghiệp. Nàng bảo, câu chuyện hời hợt, kịch tính tầm thường. Cảnh chàng và nàng đứng nơi đầu tàu được nhiều người trầm trồ là thơ mộng, lãng mạn. Nghe đâu cô ca sĩ Céline Dion mơ có ngày được đóng với kép độc Leonardo DiCaprio. Nàng nhún vai:

- Tôi thấy cảnh ấy giả tạo, nhạt nhẽo.

Ralph, bạn đồng nghiệp thân của nàng, ngạc nhiên:

- Làm việc với em đã lâu. Tôi ngỡ em là người đa cảm, lãng mạn. Mà miết đến bữa nay mới biết: Em có nhiều óc hơn tim.

Mehr Hirn als Herz. Óc nhiều hơn tim, kiểu nói của người Đức, ám chỉ những phụ nữ lăm le đòi khôn ngoan hơn đàn ông và say mê công việc hơn hình bóng của người khác phái. Nàng chúa ghét những phụ nữ như vậy. Nàng sa sầm, mặt quạu đeo. Ralph biết nàng giận, lấy thỏi sô- cô- la giúi vào tay nàng:

- Thôi, giỡn chút mà. Không bằng lòng tôi rút lời lại.

Những khi đi ăn trưa chung, Ralph hay năn nỉ nàng kể chuyện quê nhà. Nàng tả phong tục, tập quán, cha mẹ đặt đâu con ngồi đó trong hôn nhân ở Việt Nam. Ralph có vẻ không tin, ghẹo:

- Hồi đó, cha mẹ em cũng đặt chỗ cho em hả?

Nàng nghiêm mặt:

- Không, tôi giới thiệu chỗ, để cha mẹ tôi đặt. Hên, cha mẹ tôi đồng ý. Nếu không, tôi sẽ ở vậy, chờ cha mẹ đặt, mới dám ngồi.

Ralph trợn tròn mắt:

- Thiệt sao? Em không tranh đấu hay là tự quyết định cho mình?

- Không! Xứ tôi người ta nói: *Cá không ăn muối cá ươn/ Con cãi cha mẹ trăm đường con hư.*

Nàng rị mọ tìm chữ tiếng Đức cắt nghĩa cho Ralph nghe. Nàng nghĩ thầm, bây giờ, nếu phải có những quyết định tương tự cho đời mình, có lẽ nàng cũng chẳng dám đi ngược lại những mong đợi và phán xét của gia đình và chính bản thân nàng.

Cứ thế, nàng ung dung tự tại trong cuộc sống, để vô số đam mê lụn tàn. Ắt hẳn do cuộc sống có được quân bình tương đối, nàng đâm ra lười biếng. Dòng đời trôi suôn sẻ, bình lặng, ngược với tâm hồn hiếu động ngày xưa của nàng.

Bỗng nhiên, có những tình cờ nho nhỏ. Một người bạn thư, giúp nàng bỏ thì giờ quay đầu lại, để "tôi tìm thấy tôi". Nàng gặp lại con bé ranh mãnh, tinh quái mà bạn bè thông dịch gọn là ba gai. Nàng tìm trong tự điển những chữ liên quan đến tuổi tác của anh, gọi anh là cà kê, tức là cà chua, cà khịa, cà tàng... Dần dà, anh chứng minh có đầy đủ những đức tính "cà" làm nàng cà... lăm. Nàng có tật liên tưởng quàng xiên. Thấy cây kim, nàng nghĩ ngang, nghĩ dọc một hồi, cũng thành chiếc phi thuyền. Nàng say sưa kể chuyện hoa lá. Đột nhiên nàng khựng lại, ngúng nguẩy:

- Bàn bạc với các ông về hoa lá, như nước đổ lá môn. Chi bằng nói chuyện với đầu gối còn hơn.

Anh chẳng chấp nê chi kiểu nói láo lếu của nàng. Anh kể, vườn nhà anh um tùm lắm. Anh sẽ dọn dẹp, trồng cây môn, rồi đổ nước lên lá, để hiểu ẩn dụ của nàng, để đủ trình độ chuyện trò với đầu gối của nàng. Nàng rét, nói chuyện với anh, uốn lưỡi bảy lần, xem ra chưa đủ.

Với những "tình khúc trên chiến trường" rộn rịp đó, nàng tưởng mình yên tâm đứng trong vườn, đối thoại với anh bên kia hàng rào. Thỉnh thoảng, anh vờ sơ ý, đẩy hàng rào đây kia. Nàng kỹ càng, cẩn tắc vô ưu, giăng thêm kẽm gai. Anh giả đò, ủa, tưởng đó là giậu mồng tơi của Nguyễn Bính. Nàng tăng cường lực lượng, gài điện cao thế vào kẽm gai. Anh bảo, điếc không sợ súng. Nàng cảnh cáo, điện cao thế giật chết tươi, bất kể người phá rào điếc hay đui. Thấy chiến trường có nhiều phát triển bất lợi cho "chiến tuyến" của mình, nàng áp dụng chiến thuật vườn không, nhà trống. Nàng xóa hết điện thư. Xóa vĩnh viễn, chứ không gởi tạm trong thùng giấy. Nàng có việc phải đi vắng nhiều ngày. Tưởng là địch quân đã rút. Nhưng không, anh bảo, ai nói anh không lì. Không lì sao chờ tới mấy chục năm cho đến khi nàng xuất hiện. Nàng không nhịn cười được. Tưởng như thấy mũi anh đang dài ra như mũi *thằng người gỗ Pinocchio*. Nhưng nàng phải cất ngay nụ cười, khi nghe tiếng anh thở dài sườn sượt: *Em gặp ta khi chiều tàn, nắng xế/ Ta thấy em khi ngày xuống, trễ tràng.*

Một cuối tuần, nhờ anh nhắc, nàng đọc được cuốn sách hay. Cuốn sách ngủ vùi trên kệ tủ hơn mười năm. Trong sách, có lá thư nhỏ bạn viết cho nàng. Nàng vui cả ngày Chủ Nhật. Nàng nghĩ đến anh, viết thư cám ơn. Nàng quanh co giải thích hai động từ, *to think* và *to miss*. Rồi một mực đính chính rằng, nàng chỉ dùng *to think*. Anh cười, ủa, có bắt buộc như vậy không? Có gì sai, nếu mình nhớ người mang niềm vui đến cho mình. Nàng chẳng biết trả lời thế nào. Anh chấm dứt điện thư bằng *miss ya*. Nàng thắc mắc, công giáo có *Amen,* phật giáo có Mô Phật. Chữ *miss ya* là của tôn giáo nào. Anh chẳng giải đáp câu hỏi, cứ viết *miss ya,* rồi mở ngoặc, đó là sinh hoạt phía bên anh, đối phương đâu có quyền kiểm soát.

Ngồi ăn trưa với đồng nghiệp, cô bạn quan sát:

- Chị có nút ruồi ở tai phải nè. Coi hay hay đó chứ.

Nàng diễu:

- Có nút ruồi ở tai, được nghe nhiều lời ngọt ngào.

Anh bạn đồng nghiệp tủm tỉm:

- Vậy là em tha hồ nghe mấy anh đây nói cả ngày chứ gì.

Nàng tránh bẫy:

- Ô, không phải vậy. Nút ruồi chỉ hoạt động sau giờ hành chánh thôi. Còn trong văn phòng, chỉ nghe mệnh lệnh, yêu cầu làm việc thôi.

Nói đùa với bạn bè vậy. Nhưng nàng biết mình có tật ưa nghe nói ngọt. Nàng thường cảnh giác mình, để đừng… khuân lúa giống đi bán. Người đời thường nói, bệnh thì chữa được, nhưng tật thì mãn tính. Cho nên, nghe ai nói ngọt, nàng sợ, cuống cuồng tìm thuốc chữa tật. Xem ra, tiền mất, mà tật vẫn mang. Nốt ruồi ở tai nàng phải làm việc suốt, vì những điện thư ngọt lịm của anh.

Nàng không nhận ra là tiếng cười của nàng đã có những thanh âm là lạ. Bạn bè nàng hỏi nguyên cớ về niềm vui bất ngờ. Nàng la toáng rằng, bạn bè khéo tưởng tượng. Con bạn thân của nàng, thường khi, chuyên vẽ đường cho… nàng chạy. Nó xất bất xang bang, tìm mấy anh bạn học cũ cho nàng. Nó sắp xếp cho nàng gặp người này, người kia, và yên tâm, chắc chắn *"mặt trận miền tây vẫn yên tĩnh"*. Mà thật vậy. Gặp bạn bè xưa, nàng thật vui. Chỉ ôn chuyện cũ mà thôi. Không hề có màn, *tiễn đưa nhau đi rồi, con mắt liếc còn có đuôi*. Bây giờ, nàng kể sơ sơ vài đối thoại qua điện thư, chớ nàng đã kiến kỳ hình đâu. Vậy mà nhỏ bạn lại cảm thấy dấu hiệu ngầm của thiên tai. Nó phân tích, giảng giải rạch ròi, rồi khuyên: "Mày phải chặt cầu." Nàng chưng hửng vì phản ứng nhỏ bạn. Nàng nghĩ thật lâu. Phải chăng ai cũng thấy sự thay đổi nơi nàng. Chỉ riêng nàng, cứ khăng khăng và tin rằng, *nên đến trăm lần: "Nhất định mình chưa..."* Nàng bỗng thấy mình ngớ ngẩn không thể tưởng. Cứ cho cái sự "vui cực kỳ" của mình tự nhiên, như khi trẻ con cười ngặt nghẽo xem Mr. Bean diễu.

Nàng nghe anh kể về những chuyến đi câu. Hèn chi, khi đối thoại, anh rất rành tung lưới. Những cung bậc trong những câu hỏi của anh cứ quanh quẩn trong trí nàng như điệu nhạc du dương. Anh vờ khen, nàng giỏi, nàng khôn. Nàng tưởng thiệt, nghĩ mình là cao nhân, vui sướng được đại cao nhân thấy chân tài. Anh lộng giả, nàng không để ý. Đến khi thấy sự việc có vẻ thành chân, nàng hốt hoảng. Nàng tìm đường thoát. Nàng nhìn quanh, đông tây nam bắc, bốn phương, tám hướng. Ngó đi đâu, nàng cũng thấy những sợi lưới làm nàng quýnh quíu.

Nàng tìm góc kín đọc điện thư. Lúc lúc, nàng phải vờ cúi đầu xuống để che nụ cười thích thú hoặc vẻ thẫn thờ của đắn đo, lo âu. Tiếng Việt thật tuyệt vời. Sầu muộn, hễ muộn màng thì sẽ sầu hay sao? Yêu dấu, hễ yêu thì phải giấu hay sao. Nàng giật mình, ủa, nàng đã yêu chưa mà phải giấu?

Nàng dần dà nhận ra, cơn gió nhẹ, nàng đinh ninh không đong đưa nổi ngọn cỏ gầy, dường như có khả năng làm trốc cả gốc cây cổ thụ. Nàng nhớ câu nói: "Trái tim có lý lẽ riêng của nó mà lý trí chẳng bao giờ hiểu được." Ngày xưa, còn nhỏ, nàng chưa hiểu nhiều, nhưng có cảm tưởng mình giống triết gia, khi chép kèm vài câu danh ngôn đao to, búa lớn trong những tập thơ. Câu nói này có lẽ đúng với phần lớn nhân loại. Riêng nàng, trái tim nàng cũng có nhiều lý lẽ. Nhưng lý lẽ nào cũng phải được lý trí hiểu, kiểm soát và chấp nhận. Nàng thấy mình khổ sở, lúng túng với những suy nghĩ phức tạp, đối nghịch trong đầu.

Lắm khi nàng đưa ra những giả thuyết thật ngờ nghệch. Nghe nhỏ bạn viết rằng, thương nàng lắm. Nàng cảm động. Phải chi, nghe "ai đó" nói thương, nàng cũng được phép cảm động mà không cần phải day dứt. Phải chi, nàng có thể nói, viết được tiếng lòng cho "ai đó", cũng dễ dàng, như khi viết cho nhỏ bạn thân. Chao ôi, đời yên bình biết mấy. Nghe mấy giả thuyết "dở hơi" của nàng, nhỏ bạn cười khật khừ: "Mày chắc bị chạm dây rồi."

Nàng bắt gặp bài thơ về *hiến chương tình yêu:*

...

khi em đọc, tôi biến thành chữ viết
cả nghìn chương, chỉ chép chuyện đôi ta
mỗi đầu dòng: tên em sắp chữ hoa
cả chấm, hỏi, cũng đậm mùi hạnh phúc

...

Nàng nghĩ đơn giản, mình đọc bài thơ hay, sao không phổ biến cho bạn bè biết. Nàng nhắc với anh bài thơ. Anh bảo, anh không biết. Nàng hứa, sẽ chép cho anh. Anh lắc đầu, nếu chỉ chép, anh vào *internet, copy & paste* là xong. Anh chỉ thích được tặng thôi. Nàng than thầm, ôi, ai nói nàng khôn lanh. Bao lâu nay nàng đinh ninh như vậy. Thiệt ra, nàng... ngu triền miên.

Nàng như đứa bé trong sân chơi, đang vui với nhảy dây, đi chợ, về chợ... Trò chơi càng lúc càng hấp dẫn, hào hứng. Tiếng trống báo hiệu hết giờ chơi đã điểm. Phải trở về lớp học. Đứa bé là học trò ngoan. Đứa bé không muốn và không dám phiền lòng người lớn. Nàng nghĩ hoài, không biết trách ai. Không lẽ trách mấy ông, mấy bà phát minh ra liên mạng, điện thư. Anh tỉnh bơ, thiên la địa võng.

Tính nàng ưa cải số. Có lúc chủ ý, có lúc tình cờ. Hồi mới lớn, có người tiên đoán *ta e em sớm sầu*. Nàng đã chứng minh rằng, mình không sớm sầu. Nhưng bây giờ, nàng không biết phải làm gì, để mình đừng muộn sầu. Hay, nàng giống như Quách Tương, phải tìm thiền sư Giác Viễn, hỏi làm sao *nhược ly ư ái giả, vô ưu diệc vô bố*. Nàng phải chờ đọc xong bộ truyện *Ỷ Thiên Đồ Long Ký*, để biết, rồi Quách Tương có được câu trả lời hay không. Nếu có, chắc nàng sẽ thử áp dụng cho trường hợp *do ái cố sinh ưu, do ái cố sinh bố* của thế kỷ 21.

Nàng đã bao lần buộc thượng đế phải gật gù, "Ta theo ý con. *You have it your way.*" Nhưng trận này, như anh đã lì, nói với nàng rằng, tránh sao khỏi số. Hay là, nàng sẽ thưa với thượng đế rằng, "Con theo ý Ngài. *Thy will be done.*"

Tháng Năm 2019

Những câu thơ in nghiêng trích trong các bài thơ:
Tình Già của thi sĩ Phan Khôi
Tuổi Mười Ba của thi sĩ Nguyên Sa
hiến chương tình yêu ngày 14- 2 của thi sĩ Du Tử Lê

Mẹ Con- Tranh Nguyễn Đức Tuấn Đạt

MÓN QUÀ CHO CON

Lúc chị sanh con đầu lòng, cha mẹ chị còn ở Việt Nam. Mấy anh chị em của chị sống tứ tán khắp nơi trên nước Đức. Đứa bé là cháu nội, ngoại đầu tiên. Bởi thế, hai họ xúm lại nâng niu cháu. Các dì, các cậu, vài tuần đáp xe lửa về thăm cháu. Bên nội ở gần xịt, chạy xe 10 phút là đến. Chị luôn nghĩ, trẻ con sẽ có tuổi thơ đẹp hơn, nếu may mắn được lớn lên có ông bà nội ngoại. Ông bà ngoại chưa được gần để nựng nịu cháu, thì hiện tại, chị tận dụng cơ hội để cháu được gần gia đình nội.

Cuối tuần, anh chị đưa con qua gia đình nội chơi. Cô Năm đã đến tuổi cập kê, nhưng còn độc thân vui tính, ở chung nhà với bà nội. Thông thường, thứ Sáu, rời hãng làm việc, cô Năm rong ruổi đó đây đến Chủ Nhật mới về nhà. Vậy mà, từ ngày có đứa cháu, cô lơ là với những màn tụ tập bạn bè vào cuối tuần. Sáng thứ Bảy, cô Năm gọi điện thoại, giục giã:

- Anh chị mau đem cháu qua cho bà nội thăm.

Đứa nhỏ đến, ngồi trong lòng bà nội một chút, cô Năm giành ẵm cháu. Cô lăng xăng, cho thằng bé uống nước, đưa nó miếng bánh quy, cù vào người thằng bé, hai cô cháu cười rặt rặt. Thấy cô mến cháu, chị vui lắm. Lần nọ, bác hàng xóm ghé thăm, bác tấm tắc:

- Hai cô cháu giỡn với nhau dễ thương quá.

Mẹ chồng chị đáp ngay:

- Dạ, phải chị. Thằng Tí mê cô nó hơn mẹ nó nữa.

Chị bỗng giật thót. Chị mong, bác hàng xóm không vì vậy, mà trách chị là mẹ quạ mổ. Chiều về, cho con ăn uống, tắm rửa con xong, chị thầm so sánh phản ứng, biểu hiện của đứa con khi chơi với con, xem nó có mê mẹ bằng mê cô nó không. Hồi giờ, chị cứ tin, nó mê mẹ nhất đời. Nhưng biết đâu, chị quá chủ quan. Nó bi bô mỗi một chữ "mẹ" từ mấy tháng nay, mà chưa nói thêm chữ mới, mặc dầu chị chỉ vào anh và tập nó nói "ba". Đã nhiều lần, nó "bất hợp tác" với anh. Chị gởi anh trông chừng nó để chị chuẩn bị cơm chiều. Chỉ một lát, nó lèo nhèo. Anh lấy núm vú ny-lông nhét vào miệng thằng bé. Nó nhả ra, bắt đầu lên giọng khóc. Anh lấy con gấu mở nhạc, món đồ chơi nó rất thích. Thằng bé lăn ra trên thảm, đổi giọng, gào to hơn tiếng nhạc thánh thót. Thấy không xong, anh bế con vào nhà bếp. Vừa thấy chị, nó nín khóc, bập bẹ: "mẹ, mẹ". Anh khuân cái ghế cho trẻ con vào bếp, đặt nó vào ghế. Thế là nó ngồi êm thắm, chơi với trái banh. Anh mắng yêu con:

- Nhớ nghen, mày chê ông già mày ha.

Anh phân bua:

- Anh muốn phụ giúp em một tay chứ. Mà thằng Tí cứ bu em hoài, anh đành chịu.

Chị vui vẻ:

- Chắc là nó biết ý, để cho ba nó yên, coi trận đá banh chung kết.

Cuối tuần, như thường lệ, vợ chồng con chị qua nhà nội. Anh thả hai mẹ con xuống trước nhà, chạy tìm chỗ đậu xe. Hai mẹ con vừa đến cửa, cô Năm rộn ràng, nắm tay thằng bé, âu yếm cởi giày, cởi áo cho cháu, kể với chị:

- Em chờ thằng Tí từ sáng giờ. Em đi tìm cả buổi chiều hôm qua mới được cái áo ưng ý cho nó.

Cô trỏ hộp bánh quy trên bàn, quay qua thằng bé:

- Bà nội cho con đó. Lại ạ bà nội đi.

Thằng nhóc lẫm đẫm những bước vụng về đến bà nội, "ạ, ạ" mấy tiếng thật to. Cô Năm kéo Tí vào lòng, hôn lên má Tí một cái thật kêu, dỗ Tí đứng yên để cô mặc áo mới cho Tí. Mẹ chồng chị nhìn chị:

- Coi kìa! Cô Năm nó lo cho thằng Tí gọn bân. Má nói cho con nghe. Bây giờ con Năm còn ở không. Để thằng Tí đây, cô Năm nó nuôi. Con rảnh tay, muốn mấy đứa con, đẻ luôn một dọc rồi nghỉ.

Chị giật phắt người, tưởng như một cơn đau làm chị thắt cả ruột. Chị nuốt cơn nghẹn, lí nhí:

- Dạ, Tí còn nhỏ quá má.

Mẹ chồng cười dễ dãi:

- Ui, nó lớn bộn. Thôi nôi rồi, chớ nhỏ nhít gì nữa.

Chị thều thào:

- Dạ, tụi con chờ cho Tí lớn chút nữa rồi mới tính má ạ.

Mẹ chồng giảng giải:

- Để cách nhau lâu, nuôi đã cực, mà anh em lại không thân thiết nhau. Với lại, giờ con Năm chưa lấy chồng, nó rảnh. Chớ vài ba năm nữa, Năm có gia đình riêng của nó, có muốn giúp cũng không được.

Nhìn cô Năm cài nút áo, xoay thằng bé qua lại ngắm nghía, chị chỉ muốn chạy đến ôm con và nói thật to rằng: "Tí là con của mẹ. Tí chỉ ở với mẹ thôi." Nhưng chị vẫn ngồi yên, đầu nóng bừng, nghe tiếng được, tiếng mất, giọng mẹ chồng xếp đặt chương trình cho "hai cô cháu nó".

- Ban ngày má coi nó. Nuôi thằng Tí dễ không à. Chiều cô Năm nó về, tắm rửa cho nó. Phòng cô Năm rộng thinh thang, dư chỗ cho giường của thằng Tí.

Vừa lúc ấy, anh lên tới nơi. Mẹ chồng nói với anh:

- Má muốn tính chuyện như vầy với hai vợ chồng con. Để thằng Tí cho Năm nó nuôi...

Tai chị lùng bùng. Chị không nghe rõ những điều mẹ chồng đang bàn bạc với anh. Dường như tiếng của anh:

- Dạ, để vợ chồng con bàn lại rồi báo cho má và Năm biết.

Cơn giận ngùn ngụt trong chị. Tại sao anh không từ chối ngay. Chiều về nhà, thấy vẻ mặt lạnh tanh của chị, anh biết, chị không vui. Anh phân trần:

- Má đề nghị vậy, anh nói, để bàn với em là đúng rồi.

Chị quắc mắt nhìn anh:

- Có gì để bàn đâu. Con mình, sao mình không nuôi, mà phải đi nhờ người khác!

Anh bênh vực:

- Đó là ý tốt của má với Năm thôi. Giúp cho tụi mình đỡ cực.

Chị gào lên:

- Nó là con của em. Không ai được bắt nó cả.

Anh dịu giọng:

- Em không đồng ý thì thôi. Anh thưa lại với má. Có gì đâu mà em ầm ầm như vậy.

Có Tí, chị lơ là với anh. Anh nghĩ, chuyện bình thường. Rất nhiều phụ nữ, khi có con, họ dành trọn tâm trí cho con. Anh không vui, nhưng hy vọng, dần dà mọi việc sẽ ổn. Thế mà, trái lại, từ khi nghe lời đề nghị của bà nội Tí, chị gần như cự tuyệt anh. Chị bảo anh ra phòng khách, vì trong phòng ngủ, Tí khóc đêm, sẽ làm anh mệt. Anh bảo: "Chả sao. Nghe con khóc cũng thú vị chứ". Ông nhạc sĩ nổi tiếng đã chẳng hớn hở khoe *đêm về nghe con khóc vui triền miên** sao. Anh nhất định không "di cư". Chị ngủ chập chờn. Vừa chợp mắt, chợt nhận ra cánh tay anh choàng ngang, chị hất mạnh cánh tay anh, hốt hoảng ngồi dậy: "Không! Không! Em không, em không... ". Chị lo lắng lắm, nếu Tí có em, thì Tí sẽ ở với cô Năm. Cuối tuần sau, chị viện cớ, Tí đang mọc răng, hơi ấm đầu, phải để Tí ở nhà nghỉ ngơi. Những tuần không còn tìm ra lý do thoái thác, chị miễn cưỡng đưa con qua nội. Cô Năm thường có sẵn quà cho Tí. Khi thì hộp bánh, lúc món đồ chơi. Cả buổi ở nhà chồng, chị bồn chồn, nơm nớp lo âu, không biết lúc nào mẹ chồng sẽ nhắc lại đề nghị của bà. Chị không biết, anh đã nói chuyện rõ ràng với mẹ chưa. Bà nội ngồi xếp hình với cháu, bà rủ rê:

- Tí, tối nay con ngủ lại nhà nội nghen. Mai cô Năm chở đi mua đồ chơi.

Thằng bé chưa hiểu, nhìn bà nội cười cười. Sợ mẹ chồng nghĩ là nó thích. Chị vội vàng lên tiếng:

- Dạ, thôi, má. Tí vẫn còn khóc đêm.

Giường của Tí đặt sát giường của chị, chị gỡ ba chấn song của giường con, thành cái cửa cho Tí bò qua giường mẹ. Ban đầu, đọc trong các sách báo hướng dẫn nuôi trẻ, chị tập cho Tí ngủ riêng. Hễ Tí bò ra giường lớn, chị bế con đặt lại giường nhỏ. Nhưng giờ chị nghĩ, mình đang trong cuộc chạy đua tình cảm với cô Năm của Tí. Phải làm sao, mà đừng bao giờ Tí có ý nghĩ mê cô Năm hơn mẹ. Cho nên, dần dà, Tí chỉ ngủ trong giường của mình ban ngày. Ban đêm, Tí nghiễm nhiên đóng đô hẳn luôn bên giường mẹ.

Mãi đến khi Tí gần ba tuổi, cô Năm lấy chồng, đi xa, chị mới yên tâm. Không lâu sau, gia đình chị được đoàn tụ. Cha mẹ chị ở cùng tỉnh của chị. Chị trở lại trường, tiếp tục đời sinh viên. Mỗi tuần, hai ngày chị chạy vội lên trường lấy bài vở. Ngày nào chị đi học, cha mẹ chị giúp đưa đón và trông coi Tí. Tí rất thích, được ông bà ngoại đến đón, cho đi xe buýt, đi chợ, được ông bà cưng chiều. Chiều tối, anh chị đến đón Tí về nhà. Có lần, vì kẹt xe, anh chị về rất trễ. Khi anh chị đến, Tí đang nằm thiu thiu ngủ ở xa- lông. Chị lo lắng, tưởng Tí bệnh. Mẹ chị kể:

- Cả ngày Tí chơi với ông bà ngoại vui lắm. Mà tới chiều tối, nó buồn buồn hỏi miết, bao giờ mẹ về. Con nít thì chỉ có mẹ thôi, không ai thay thế được.

Khi Tí vào vườn trẻ, Tí mới nghe đến ông già nô- en, ở

Đức là ông Nikolaus. Tí nhờ mẹ viết thư hỏi ông Nikolaus cho Tí xin một đứa em bằng tuổi Tí, anh em chơi với nhau cho vui. Tí dặn mẹ phải viết cả tiếng Việt và tiếng Đức. Tí cẩn thận đem đôi giày mùa đông để trước cửa nhà. Nghe Tí nói vậy, chị thấy ngồ ngộ, dễ thương. Chị định ghẹo con, giày của con nhỏ quá, sao vừa chỗ cho em bé. Thoáng nghĩ vậy thôi, chứ chị sẽ không nhắc gì đến lời yêu cầu của Tí. Chị tính, tìm cho Tí món đồ chơi Tí thật thích. Như thế, Tí sẽ quên ngay ước mơ có em của Tí. Biết Tí mê xe, chị mua cho con chiếc xe chữa lửa. Buổi sáng ngày Nikolaus, Tí rộn ràng chạy ra chỗ để giày. Tí sung sướng ôm hộp quà to. Tí nằm dài trên thảm, say mê ngắm xe chữa lửa chạy vòng vòng, chớp đèn, kêu ò e, ò e. Tí thủ thỉ:

- Mẹ ơi, nếu con có em, hai đứa cùng chơi xe, thì vui thêm mẹ há.

Chị áy náy, thấy mình quả hồ đồ, khi nghĩ lời mong ước của thằng bé chỉ là lời con trẻ. Đến khi biết viết, Tí vẫn tiếp tục gởi nguyện vọng đến ông Nikolaus xin em. Tí ghiền đá banh. Tí cân nhắc, xin ông Nikolaus cho Tí 10 em trai, để cùng nhau lập đội banh. Ông Nikolaus đặt bên đôi giày của Tí khăn quàng, mũ len với huy hiệu của đội bóng đá FC Bayern. Nhưng ông không nói gì đến 10 em trai. Tí ngẫm nghĩ, mình xin như vậy nhiều quá. Thôi, có các bạn lập đội được rồi. Năm sau, Tí muốn tạo mọi sự dễ dàng cho ông Nikolaus, Tí chỉ xin một đứa em, *Bruder* (em trai) hay *Schwester* (em gái) cũng được. Miễn có đứa em cho oai như mấy đứa khác. Vậy mà, nguyện vọng của Tí vẫn không được đáp ứng. Chị len lén quan sát Tí hí hoáy viết thư cho ông Nikolaus mà thương con quá đỗi. Chị tìm những món quà thật hấp dẫn, mong Tí nguội bớt ao ước có em.

Đến khi Tí biết những món quà Tí nhận vào ngày Nikolaus không phải từ ông già râu trắng mặc áo đỏ, mà là từ mẹ của Tí, chờ Tí ngủ, rón rén ra đặt quà cạnh giày. Tí thôi, không xin quà của ông Nikolaus vào mùa Giáng Sinh. Nhưng đâu đó, chị vẫn bắt gặp nơi con niềm mong ước có em. Tí rất thân với những đứa con của các dì, các cậu. Có lúc, chị đùa với con:

- Con Bé, con Xíu cũng là em con mà.

Tí trả lời rành mạch:

- Mẹ ơi, tụi nó là em. Nhưng là *Cousine* chớ không phải là *Schwester* của con.

Tí ham đọc sách. Mỗi chiều thứ Sáu, tan sở sớm, chị dắt Tí ra tiệm sách. Chị cho Tí hai tiếng đồng hồ say sưa bên mấy kệ sách, đọc thử cuốn này, cuốn kia, chọn lựa một cuốn ưng ý để mẹ tặng cho Tí. Tí mượn thư viện những loại sách trinh thám cho thiếu nhi của Thomas Brezina, hoặc R. L. Stine. Mặc dầu đang đọc dở dang cuốn tiểu thuyết ưa thích, chị vẫn cất cuốn sách của mình sang một bên, dành thì giờ đọc cuốn sách Tí giới thiệu. Sau đó, hai mẹ con cùng nhau bàn về những cuốn sách đã đọc chung. Tí ngồi bệt trên sàn nhà, chơi cờ Pokemon. Tí phải đóng vai của hai phe. Ngồi trình cờ cho phe này xong, Tí lại đổi phía, lựa thẻ để trình cờ bên kia. Nhìn con, chị vừa thương, vừa xót. Chị bảo Tí hướng dẫn chị cách chơi cờ Pokemon. Chị sẽ là đối thủ. Có đối thủ để chơi, cho dù đối thủ dở tệ, vẫn vui hơn chơi một mình. Buổi tối, chị thường xem chung với Tí chương trình cho thiếu nhi. Chị luôn cố gắng đọc được những mơ ước của Tí. Trong thời gian chị tìm giải pháp đáp ứng nguyện vọng có em của Tí, chị tìm mọi cách để làm "thằng bạn" thân cho đứa con, để nó tạm quên sự cô đơn của con một.

Chị không thể cắt nghĩa cho con hiểu. Thời gian anh chị đi học, vợ chồng còn nghèo rớt mồng tơi. Anh ra trường trước, gặp lúc kinh tế xuống dốc, gởi trăm lá đơn xin việc, cả năm trời không nhận được một thư mời đi phỏng vấn, nói chi đến có việc. Chị ra trường sau, có ngay chỗ làm, trở thành trụ cột kiếm cơm cho cả nhà. Năm đầu tiên, liên tục những *workshop, seminar, training...*, làm sao chị có thể xin nghỉ để sanh con. Chị dự tính, đi làm vài năm, cho công việc ổn định. Gia đình chị ở München, một trong những thành phố đắt đỏ nhất của nước Đức. Căn nhà gia đình chị mướn ở khu phố khang trang. Tí đến trường chỉ cần đạp xe 10 phút. Tiền nhà nuốt gần phân nửa tiền lương của chị. Bây giờ, nếu chị ở nhà sanh con, làm sao trang trải hết chi phí cho tổ ấm.

Hẹn lần, hẹn lữa, chị vào tuổi 40. Chị ấp úng hỏi bác sĩ sản khoa, chị còn bao nhiêu năm nữa đủ khả năng cho con một đứa em. Bác sĩ khuyên, dẫu y khoa tiến bộ, nhưng trễ quá sẽ không tốt. Chị vốn khéo tay, hay làm. Sếp mến, đồng nghiệp thương. Công việc của chị trong hãng vững vàng. Theo luật lệ của Đức, chị có thể nghỉ hai năm sanh con, hãng có bổn phận giữ chỗ cho chị. Giờ đây, phía chị, điều kiện xem ra thuận lợi.

Nhưng phần anh, đoạn đường anh đang đi còn lắm gập ghềnh. Sau thời gian không xin được việc làm ở Đức, anh xoay qua tìm cơ hội ở Việt Nam. Một cơ hội rất mong manh. Nhưng anh muốn thử. Chị rất lo lắng. Biết bao tấn bi kịch về chuyện làm ăn ở Việt Nam. Tiếng nói của chị yếu ớt quá. Gia đình anh trách chị, đã không hỗ trợ anh, lại còn lo hão, làm anh thêm bận lòng. Ở Việt Nam, họ hàng anh đang làm ăn phát đạt. Anh chỉ cần vào làm chung là xong. Anh đi đi, về về mấy bận. Chị đành bịt tai, che mắt, để không nghe, không thấy những nguy cơ làm đổ vỡ gia đình nhỏ của anh chị. Chị tìm lý do đơn giản, cắt nghĩa cho Tí hiểu sự vắng mặt nhiều ngày của ba Tí. Anh báo tin, hãng của anh ở Việt Nam gặp nhiều khó khăn. Chị mừng lắm, nhưng không dám tỏ lộ. Cuối cùng, anh chấm dứt công việc bên Việt Nam. Châu về hợp phố. Chị thở phào. Kinh tế của nước Đức phục hồi. Hy vọng anh sẽ tìm được việc làm gần nhà. Nhưng cuộc sống không hanh thông như chị mong ước. Anh vẫn còn những bận rộn riêng của anh. Khoảng cách địa lý không còn. Nhưng giữa anh chị, trong lòng, lại xa cách lắm.

Chị luôn canh cánh điều ước ngày xưa đứa con xin ông già Nikolaus. Mỗi khi chị đến phòng mạch, vị bác sĩ tốt bụng hỏi han, nhắc nhở chị chú ý đến đồng hồ sinh học của phụ nữ, nếu còn muốn có con. Nghe tin một chị bạn, vẫn được mẹ tròn con vuông, khi tuổi xấp xỉ 50. Lòng chị sáng lên hy vọng. Chắc chị vẫn còn kịp. Tí đang năm cuối Trung Học. Hai mẹ con không còn chơi cờ chung như khi Tí còn nhỏ. Thay vào đó, hai mẹ con vừa xem *talk show*, vừa chuyện vãn nhiều đề tài.

Chị cố ra vẻ tự nhiên:

- Hồi xưa, còn nhỏ, con hay mơ ước ông Nikolaus tặng cho con đứa em. Bây giờ, con còn ước như vậy nữa không?

Tí quay qua chị:

- Có em thì vui. Nhưng bây giờ thì thôi. Trễ rồi mẹ.

Chị nhìn Tí:

- Con có buồn mẹ không?

Tí cười, trấn an mẹ:

- Không đâu. Mẹ đừng lo.

Tí ôm vai mẹ:

- Chỉ cần ba mẹ *immer zusammen*, luôn luôn gần nhau là con vui lắm mẹ.

Chị ôm chầm lấy con. Tí giờ đây cao lớn hơn mẹ nhiều, đã ra dáng thanh niên. Nhưng Tí vẫn là đứa con bé bỏng trong vòng tay của chị. Đứa con ước ao một món quà thuở nhỏ, mà mãi đến giờ, và sẽ không bao giờ, chị có thể tặng cho con. Lòng chị dâng lên niềm thương yêu con vô bờ. Chị nghe tiếng mình thầm hứa với con:

- Ba mẹ luôn luôn gần nhau để con vui mãi, nhé con yêu.

Tháng Ba 2021

* Trích lời ca trong nhạc phẩm *Ngày Hạnh Phúc* của nhạc sĩ Lam Phương

NGƯỜI CÀY CÓ RUỘNG

Đầu tháng 12, nhân dịp vợ chồng người bạn sang Pháp du lịch, chúng tôi hẹn hò nhau, rong chơi Paris vài ngày. Khi cả nhóm đang đi dạo, cười nói xôn xao, điện thoại của tôi reo. Nhìn vào màn hình nhỏ, thấy tên *Manager* của tôi. Tôi nhíu mày, mình đang nghỉ phép, bà ấy gọi làm gì. Nghĩ lại, bà gọi, có lẽ vì bà cần mình thật sự. Ra dấu cho bạn bè đứng lại tán dóc, tôi tìm góc phố tương đối bớt ồn ào, gọi về cho sếp. "Tôi biết chị đang đi chơi. Nhưng đây là chuyện quan trọng. Tôi có bổn phận phải báo cho mọi nhân viên biết. Ngày hôm nay, hãng thông báo quyết định đóng cửa văn phòng München. Đây chỉ là thông tin ban đầu. Chi tiết về diễn tiến chưa rõ ràng. Chị cứ vui chơi tiếp tục nhé. Khi nào chị về Đức hẵng tính." Nhiều tháng trước, từ khi có thông báo hãng đổi chủ, đã có những xáo trộn trong tổ chức. Hầu như mọi người chuẩn bị tinh thần để đối đầu những thay đổi. Cắt giảm nhân sự sẽ là biện pháp đầu tiên. Nhưng tôi không ngờ hãng đóng cửa văn phòng. Ngẩn người một lúc, tôi máy móc nói câu cám ơn sếp. Tôi quay lại nhập bọn, vờ như không có gì đặc biệt, tiếp tục chuyện trò với mọi người, nhưng trong lòng bồn chồn, bất an.

Về Đức, đi làm lại, có nhiều cuộc họp. Cuối cùng, ngày giờ rõ ràng. Chỉ còn non năm tháng nữa, cánh cửa của hãng ở München sẽ khép lại vĩnh viễn. Gần 200 nhân viên của hãng sẽ đồng loạt trình diện Sở Lao Động địa phương, xin trợ cấp thất nghiệp, nếu không kịp thời kiếm ra công việc khác. Đám "thợ cày" chúng tôi táo tác chạy quanh, tìm ruộng gần, ruộng xa. Tôi cảm thấy hụt hẫng, buồn rầu. Những năm tháng ở hãng này là thời gian đẹp nhất trong cuộc sống công sở của tôi. Môi trường làm việc thoải mái. Công việc thú vị. Tôi gặp rất nhiều đồng nghiệp dễ thương. Bạn bè đùa, tôi trúng số độc đắc dài hạn. Tưởng tượng đến lúc phải xếp lại những trang sách tươi đẹp, tiếc lắm. Nhưng ngẫm nghĩ, tôi đã gắn bó gần một thập niên với hãng. Thôi, xem đây là cơ hội đón nhận những thách thức mới. Đổi hãng lần trước cách đây chín năm, tôi lo sốt vó. Lúc ấy, tôi ký giấy nợ mua nhà mới vừa ba năm. Quen miệng, nói, mình có nhà cửa. Nhưng có lẽ, chỉ mấy cánh cửa thuộc về chúng tôi. Còn nhà, từ mái ngói đến sàn gạch, vẫn là của chủ nợ. Lần này áp lực tài chánh không nặng nề. Nhà cửa đã dứt nợ ngân hàng. Ngoài ra, hãng tặng món quà chia tay khá hậu hỉ. Thêm vào đó, hãng cho nghỉ "về vườn" *garden leave* 3 tháng, như để bù đắp cho niềm đau mất việc và nhân viên có đủ thời gian xin việc mới. Được thời gian lãnh lương, khỏi đi cày, tôi xin chồng con cấp cho giấy phép xuất ngoại. Tôi quyết định về Việt Nam vài tuần. Không phải du lịch ngắm cảnh núi non, biển cả. Tôi muốn dùng thời gian thăm viếng, gần gũi bà con họ hàng bạn bè và thực hiện "dự án" nho nhỏ của mình. Đi thăm gia đình bà O ở "thâm sơn cùng cốc" Lộc Ninh để "hiện đại hóa" nhà vệ sinh của gia đình bà O. Nhiều ngày, tôi đi "ngủ lang" ở nhà bạn bè, từ Rạch

Giá đến Quảng Ngãi, Đà Nẵng. Ra Huế, cùng bạn bè chúng tôi tìm thăm vài thầy cô giáo xưa. Ở Sài Gòn, tôi thủ sẵn cái "nón nồi". Hễ ai hú, tôi ôm nón, thót lên yên sau xe gắn máy, đi lung tung. Từ Bình Thạnh lên Tân Định. Từ Phú Nhuận xuống Tân Bình. Có ngày, thức dậy 4 giờ sáng, đi tập thể dục ở sân vận động. Ngày khác, ra ngồi bán hàng ở chợ với nhỏ bạn. Đấy là chuyến đi "thực tế" nhiều kỷ niệm.

Nghĩ, ngày xưa, khi mình tốt nghiệp đại học, ngơ ngơ, ngáo ngáo, già hơn bạn đồng học 10 tuổi. Ấy vậy, viết năm lá đơn, đến dự phỏng vấn chỗ đầu tiên, "ôm" gọn một ghế trong tổng hành dinh của ngân hàng thuộc tay anh chị ở nước Đức. Khi nghỉ việc ngân hàng, nghe ngóng thông tin, thị trường công ăn việc làm của München đã bão hòa. Tôi nhiều đêm âu lo. Thế mà, chỉ qua một cuộc nói chuyện, tôi "gặt" được công việc đẹp như mơ. Giờ đây, tôi đã có 18 năm kinh nghiệm nghề nghiệp lận lưng. Đã đến làm việc trên 30 quốc gia. Đã ngồi vào những bàn họp đóng góp ý kiến cho những thương vụ bạc triệu. Ui, khéo lo con bò trắng răng. Đinh ninh như vậy, tôi bình chân như vại. Có điều, tôi chủ quan, quên so sánh. Hồi xưa, lần xin việc đầu tiên, tôi mới 35 tuổi. Còn bây giờ, tôi đã 53 tuổi.

Đang nhất nghệ tinh, nhất thân vinh, tôi nhảy bước thật cao, lên tận... bảy nghề. *Thìa la thìa lảy, con gái bảy nghề, ngồi lê là một, dựa cột là hai...*Tôi nhẩn nha ngồi lê... nơi bàn phím viết lách lăng nhăng. Rồi lại dựa cột mà nghe... nhạc tình. Cứ vậy, nhất, nhị, tam, tứ, ngũ, lục, thất... nghiệp. Thoải mái, thong dong nhiều tuần lễ. Thỉnh thoảng, tôi vào liên mạng liếc liếc tìm việc, theo đúng yêu cầu của Sở Lao Động. Nhưng chỉ nheo nheo, nhìn những việc trong München. Nộp đơn xin việc, đưa ra mức lương như hãng cũ. Nói chung, tôi hãy còn... kiêu sa, đài đệ lắm. Đơn gởi đi, có hãng tắt tiếng. Có hãng gọi điện thoại, hỏi tôi muốn lương bổng thế nào. Tôi xuống nước một tị. Họ dè dặt trả lời rằng, quỹ dự định cho việc làm này ít lắm. Họ nhã nhặn từ chối. Tôi lịch sự trả lời, không hề chi. Thỉnh thoảng tôi đi uống cà phê, cà pháo với các bạn đồng cảnh ngộ. Có người bảo, hàng hóa xuống giá hà rầm. Thời buổi việc ít, người đông. Mình nên "khuyến mãi" sức lao động mình. Người khác bàn ra, đừng bán rẻ chất xám, chớ phá giá thị trường.

"Nhàn cư" đâu được mấy tháng, Sở Lao Động lo ngại tôi "bất thiện", viết thư, mời đến dự một buổi họp dành cho "trí thức cao cấp". Cao cấp hay không, tôi không biết. Nhưng rõ một điều, đa số là cao niên. Tôi được giới thiệu dự khóa học Kỹ Năng Quản Lý Tiếp Thị. Tôi ừ ngay, không chần chừ. Ngày trước, đi làm, đám nhân viên tài chánh chúng tôi hay bị ghẹo là *Erbsenzähler*, *bean counter*, dân đếm hột đậu, chi li, tính toán, mặt mày trầm ngâm, tư lự. Còn bầy ong bướm tiếp thị *marketing*, tươi thắm trẻ trung, vờn bay vườn này qua vườn nọ. Xuất hiện đến đâu, nhạc réo rắt, đèn chớp xanh đỏ vui nhộn, rộn ràng. Một tên đồng nghiệp hậm hực, kiếp sau nếu có làm người, nhất định chỉ làm người *marketing* chứ không thèm làm *finance*. Sau màn giới thiệu làm quen, tôi biết ra, toàn là tai to, mặt lớn. Tôi gia nhập nhóm đảm trách dự án tiếp thị cho một hãng thảo chương trong kỹ nghệ xe hơi. Nhóm tôi có ba ông già, mà hai ông là tiến sĩ. Một "đốc to" về ngôn ngữ học, một "đốc to" triết. Ông thứ ba chẳng phải "đốc to", nhưng ngày xưa chắc làm gì to lắm. Bởi vậy, bây giờ rặt một nỗi chán đời, sinh bất phùng thời. Học xong, thi cuối khóa, tôi ẵm cái bằng điểm giỏi, kèm những lời khen bốc lên mây. Tưởng (bở) thêm cái bằng tiếp thị, lý lịch mình nặng thêm được mấy ký. Tôi bắt đầu dốc sức nhiều hơn trong nỗ lực tìm kiếm việc làm.

Hãng đầu tiên hẹn hò với tôi là G. A. Vào *internet* tìm thông tin, biết, hãng là một trong những chủ nhân được yêu chuộng nhất Âu châu. Sau cuộc phỏng vấn ngắn qua điện thoại, tôi nhận được thư mời đến hãng. Tôi cười tủm tỉm, chắc như hai lần trước, chỉ một đợt phỏng vấn, rồi sẽ yên thân ấm chỗ nơi công ty khả ái này. Cuộc gặp gỡ ở hãng có trục trặc nho nhỏ. Một trong ba người của hãng bận bất ngờ, không đến dự buổi phỏng vấn. Cho nên, tôi sẽ có cuộc hẹn khác, để gặp người thứ ba. Hãng sẽ gọi tôi trong hai tuần tới. Chờ đến 4 tuần, tôi gọi cô nhân viên phòng nhân sự. Cô ấp à, ấp úng rồi nói, rất tiếc, họ đã tìm ra người thấp tay nghề, mà thích hợp với công việc hơn tôi.

Tháng sau, giữa mùa đông, tôi có thư mời phỏng vấn của hãng B. ở Frankfurt. Ngày hôm ấy, trời có bão tuyết, rét căm căm. Ông giám đốc, tuổi trạc tứ tuần, có phong cách tiêu biểu của người Đức trẻ, thành công sớm, không giấu vẻ kiêu căng. Ban đầu phỏng vấn tiếng Đức, sau ông đổi qua tiếng Anh. Buổi nói chuyện không căng thẳng. Chẳng có ấn tượng đặc biệt. Sau vài tuần, nhận thư từ chối, tôi không ngạc nhiên, mà chẳng buồn.

Sang xuân, hãng hóa chất S. Frankfurt gọi điện thoại phỏng vấn. Nói chuyện tiếng Anh một lúc, ông giám đốc đề nghị nói tiếng Đức. Tôi đổi "đài" ngay, huyên thuyên, rằng tôi vào trung học sau một năm học tiếng Đức, phải vật lộn với văn chương Bertholt Brecht, Franz Kafka, Goethe... Mới mấy câu, ông sếp vui vẻ:

- Thôi, chúng ta tiếp tục bằng tiếng Anh nhé.

Tuần lễ sau, bà J. nhân viên phòng nhân sự gọi cho tôi, hỏi:

- Cô có hài lòng về buổi điện đàm không?

Tôi reo lên:

- Tất nhiên, tôi rất mong có dịp gặp cô và ông giám đốc.

- Vâng, đó là lý do tôi gọi cho cô. Chúng tôi mời cô đến Frankfurt để tiếp tục câu chuyện.

Tôi mừng rỡ:

- *You make my day!*

Tôi nhận được thư mời thật lịch sự. Chương trình bao gồm buổi phỏng vấn của phòng nhân sự, phòng chuyên môn, gặp gỡ các đồng nghiệp và đi ăn trưa với sếp tương lai. Ông giám đốc gật gù, ông rất hài lòng với cuộc nói chuyện. Nhưng chưa thể có quyết định, vì ông còn gặp hai người khác. Ông hẹn hai tuần sẽ trả lời. Tôi nghĩ thầm, ồ, làm gì có người nào thích hợp hơn. Tôi ra về, lòng mừng phơi phới, tưởng như hợp đồng đang sột soạt trong túi xách. Hai tuần sau, bà J. viết thư, yêu cầu chờ đợi, hãng cần thêm thời gian suy nghĩ. Thêm hai tuần nữa, bà J. báo tin, rất tiếc, hãng đã chọn người khác. Tôi ngạc nhiên, xen chút thất vọng. Nhưng nhủ thầm, đành vậy, mình chưa có duyên với hãng. Biết đâu, hãng này từ chối, để mình có cơ hội với hãng khác tốt hơn.

Cùng lúc đó, tôi có cuộc phỏng vấn của văn phòng công ty điện tử R. gốc ở Delaware. Công việc này do hãng trung gian giới thiệu. Sau cuộc điện đàm với một ông, một bà từ Mỹ, tôi hiểu rõ hơn về công việc họ đòi hỏi. Tôi sẽ là nhịp cầu, đúng hơn là cánh tay nối dài của Mỹ, quan sát tình hình thị trường tại Đức. Cả hai người rất "chịu" tôi. Ngay hôm sau, họ yêu cầu hãng trung gian hẹn cho tôi đến gặp nhân viên của văn phòng ở München. Ông trưởng phòng giao dịch, phục vụ khách hàng như muốn trấn áp tinh thần tôi. Ông hỏi tới tấp:

- Cô đã ký hợp đồng với họ chưa? Cô biết việc ở đây là gì không? Họ bên Mỹ. Họ đâu hiểu cách làm ăn của Đức. Cứ lằng nhằng đòi này, đòi nọ. Tụi tôi ở đây không cần *Credit Manager*, không cần thẩm định tín dụng. Khách hàng của chúng tôi là những hãng xưởng tiếng tăm, không có vấn đề với tín dụng. Những gì chúng tôi cần ở đây, là người phụ chúng tôi làm kế toán, sổ sách chi tiêu của các nhân viên giao dịch khách hàng, mua đặt văn phòng phẩm, lo thủ tục thanh toán hóa đơn điện nước văn phòng.

Tôi nghĩ thầm, nôm na theo tiếng Đức là "*ein Mädchen für alles*", con bé làm việc vặt đó thôi. Bao nhiêu việc hầm bà lằng, không tên, không tuổi cứ đưa tuốt cho "con bé". Gọi cho sang trọng, thanh cảnh là trợ lý, phụ tá. Ông chỉ các cặp bìa to tướng, rồi dẫn tôi đến trước mấy cái máy in công nghiệp:

- Những máy này sẽ in từ 200 đến 250 hóa đơn mỗi ngày. Quan trọng là cô sẽ gởi hóa đơn đến tay khách hàng càng sớm càng tốt.

Ông chỉ cái bàn nho nhỏ trong góc phòng, gục gặc:

- Đây là chỗ ngồi của cô.

Tôi ngập ngừng:

- Các bàn kia còn trống mà. Cho tôi ngồi gần cửa sổ nhé.

Ông lắc đầu nguầy nguậy:

- Không! Mấy bàn đó của nhóm tiếp thị.

- Ủa, ban nãy ông nói là các anh tiếp thị có hề vào văn phòng đâu. Họ ở miết ngoài đường, lo quan hệ khách hàng.

Tưởng tượng tôi đi làm, ngồi thu lu ở đây, giống bài hát *Con cóc... Con gì kia, nó ngồi là ngồi trong góc*, có điều tôi sẽ không đưa cái lưng ra ngoài. Ông tảng lờ, không thèm giải đáp thắc mắc của tôi, ông rảo bước ra bếp cà phê, quơ tay:

- Cô toàn quyền sử dụng bếp cà phê. Nguyên tầng lầu này, chỉ có tôi và cô làm việc. Tôi có máy cà phê trong phòng, chẳng mấy khi ra đây.

Bếp cà phê sáng sủa, thoáng mát. Đem máy móc ra đây làm việc, coi bộ hữu hiệu hơn ngồi trong xó tối kia. Ổng nghĩ bụng, hù như vậy, chắc tôi hết hồn, bỏ chạy mất dép. Nhưng tôi tỉnh bơ:

- Chẳng sao ông ạ. Tôi luôn luôn sẵn sàng học cái mới. Hồi giờ, tôi chưa biết in hóa đơn hàng loạt, chưa biết làm tạp dịch dọn dẹp giấy tờ. Nhưng tôi muốn thử.

Ông khựng một chút, không dè, cái cô này, chịu đấm ăn xôi:

- Vậy, cô về nhà chờ nhé. Sẽ có người liên lạc với cô.

Ngày hôm sau, một bà người Đức, nhân viên phòng nhân sự của hãng anh em trong tập đoàn, gọi đến phỏng vấn tôi. Hỏi đáp lòng vòng xong, bà nói:

- Chúng tôi chỉ dự định chi ra số lương XX cho công việc này cô ạ.

Con số vừa nhỉnh hơn phân nửa lương cũ của tôi. Tôi thản nhiên:

- Không quan trọng bà ạ. Tiền bạc không phải là điều kiện tiên quyết.

Họ hẹn lần, hẹn lữa thêm ba tuần nữa. Cuối cùng, ông nhân viên phòng môi giới gọi điện thoại cho tôi, xuýt xoa:

- Tất cả đều thích hợp. Khả năng chuyên môn của cô dư dả cho công việc. Tiếng Anh, tiếng Đức của cô rất tốt. Khổ nỗi, tiếng địa phương *Bavarian* rất quan trọng. Cô nói được tiếng *Bavaria*n không?

- Ơ, ơ, tôi hiểu sơ sơ. Nếu người ta không nói nhanh quá, nặng quá.

- Thì vậy! Họ rất tiếc, không nhận cô. Hiện họ đang tìm người bản xứ chính hiệu dân *Bavarian* cô ạ. Cô có thể liên lạc với họ để nhận tiền xe cô đến trình diện.

Thôi khỏi. Tôi lẩm nhẩm trong trí. Mất công họ đưa cho tôi mẫu đơn bằng tiếng *Boarisch*, đọc không hiểu. Nghe tôi kể nỗi niềm, người bạn Đức cười phì. Nhưng anh ta nghiêm giọng:

- Này, nếu họ nói lý do như vậy, bạn có thể kiện họ vì tội kỳ thị đấy.

Ôi thôi, hơi đâu, con kiến mà kiện củ khoai.

Thời đại *internet*, lý lịch, đơn xin việc đều là "bản mềm", *soft copy*. Không như ngày xưa, phải in ra, mỗi bộ đơn phải tốn tấm hình. Phải mua kẹp bìa cao cấp. Phải cẩn trọng xếp bộ đơn ngay ngắn, bỏ vào bao thư khổ A4, rồi rong ruổi ra bưu điện gởi đi. Bây giờ, khỏe re, viết sẵn vài mẫu, dựa theo thông báo tìm việc, sửa đôi chữ trong đơn, đổi ngày ký tên. Bằng cấp đính kèm vào *email*. Chỉ vài cú nhấn, bộ đơn chạy qua hộp thư của nhân viên phòng nhân sự của hãng. Cứ như vậy, tôi tà tà nhấn. Xem ra, tôi không đến nỗi ế nhệ. Vẫn lai rai nhận thư mời đi phỏng vấn.

Chưa kịp âu sầu vì hãng mê thổ ngữ *Bavarian*, tôi nhận thư của hãng WD. Từ bên Anh, có ông Ăng- Lê gọi điện thoại phỏng vấn. Ông nói giọng mũi nghe sang trọng, nhưng khó hiểu. Ông cho biết thời gian tới có ông Mỹ, là sếp lớn của phòng tài chánh, qua Đức. Ông sếp này sẽ phỏng vấn tôi tại văn phòng Đức. Hẹn hò lui tới, tôi đến khu Aschheim, nơi văn phòng hãng cũ của tôi đã một thời trú ngụ. Đến đây, như về quê xưa vậy. Ông Mỹ nói năng thiệt vui, thiệt dễ thương. Ông Tây từ Paris, đệ tử của ông Mỹ, góp chuyện rất thoải mái. Ra về, tôi thấy hài lòng. Đi làm ở khu này tiện quá. Đường đi nước bước đã rành. Gần đó, có *Outlet* Escada, trưa *lunch break* vào tiệm đi dạo, vừa tập thể dục chân cẳng, vừa rửa mắt luôn. Vậy mà, ông Anh, ông Mỹ, ông Tây gì im thin thít, biệt tăm luôn. Chẳng hề có câu báo tin… rằng thì là chúng tôi rất tiếc...

Đọc thông tin tìm việc của hãng SB, tôi có cảm tưởng như người ta nghiên cứu lý lịch của tôi, rồi "vẽ" ra công việc này. Gởi *email* vài ngày, có người gọi điện thoại mời dự phỏng vấn tại hãng. Chương trình "tra khảo" kéo dài năm tiếng đồng hồ, với ba cửa ải. Gặp phòng nhân sự, cô phỏng vấn xinh tươi, cởi mở, buổi nói chuyện như trao đổi thông tin. Cô hỏi những thú vui, sở thích. Tôi kể, chơi đàn *guitar* ngày xưa, nhưng bỏ đàn thời gian dài. Cô reo lên:

- Tôi chơi dương cầm hồi nhỏ. Lâu rồi không chơi nữa. Như chị, tôi vẫn mong có ngày vui bên phím ngà.

Cuối buổi, cô cười cười, hỏi:

- Ví dụ tôi là cô tiên, chị có được ba điều ước, chị sẽ ước gì?

Tôi thành thật:

- Điều đầu tiên là vạn sự an lành và sức khỏe cho tôi và gia đình tôi. Điều thứ hai có được việc làm như ý. Điều thứ ba, chơi đàn thiệt hay.

Thấy cô dễ thương, tôi đùa đùa:

- Cô tiên ơi, cây đũa thần của cô sẽ cho tôi toại nguyện chứ?

Cuộc nói chuyện với hai người phòng hữu trách diễn tiến thuận lợi. Những đề tài bàn thảo nằm trong sở trường của tôi. Cửa ải cuối giống như thi vấn đáp. Ông giám khảo (mặt mày hắc ám) trao cho tôi tập đề thi, khoảng 20 trang giấy *DIN A4*. Thẩm định tín dụng của hãng muốn vay nợ: phân tích tài chánh, định mức rủi ro của con nợ. Tôi có một tiếng đồng hồ để chuẩn bị. Đúng giờ, giám khảo trở lại, một người Đức lạnh lùng, khô khan. Ổng quay tôi mòng mòng. Trong phòng một diễn giả, một khán giả. Tôi cứ phải thao thao. Mỗi khi tôi dừng lâu lấy hơi, ông hỏi tiếng Đức, *sonst noch etwas*, còn gì nữa không. Lúc thì ông đều đều như máy, xin tiếp tục, *please continue...* Cuối buổi, ông đưa tay bắt, lỏng le, lạnh tanh. Hai cửa đầu, tôi thơ thới, hân hoan. Cửa cuối, tôi nghĩ thầm, ngó bộ lắt lẻo, gập ghềnh khó đi. Tuần sau, tôi nhận thư từ chối. Tiếc một ngày dài, "động não" hơi nhiều.

Đức, bạn đồng nghiệp cũ, trẻ hơn tôi nhiều tuổi, đổi qua làm cho hãng Z, chuyên bán thực phẩm cho thú nuôi trong nhà. Trong vòng hai năm ở hãng mới, Đức thăng quan, tiến chức khá nhanh. Nghe hãng Z tìm người, Đức hăm hở giới thiệu tôi với sếp của Đức. Tôi gởi lý lịch, nhưng không ghi năm sinh. Trước khi đến dự phỏng vấn, Đức đã "gà" bài vở cho tôi kỹ lưỡng, dặn dò tôi đưa "giá cả phải chăng". Tôi rất tự tin trong "kỳ thi sát hạch". Cuộc phỏng vấn, như dự đoán, suôn sẻ, dễ chịu. Bên hỏi, bên đáp, đều tỏ ý hài lòng. Tôi vui trong bụng, ngon cơm rồi. Trước khi kết thúc, ông trưởng phòng Kế Hoạch bỗng hỏi:

- Xin lỗi cô, tôi có được phép hỏi tuổi của cô chăng?

Tôi vờ vui vẻ, cố giữ tự nhiên:

- Vâng, được chứ. Tôi 53 tuổi.

Hình như cả bốn người đều khựng. Ông giả lả:

- Tuổi tác không quan trọng cô ạ. Tôi đã 52 tuổi rồi. Vẫn rất hợp ý với các đồng nghiệp trẻ khác.

Khi hãng gởi thư lịch sự từ chối, tôi đã đoán trước lý do, chẳng buồn. Nhưng Đức "bức xúc" lắm:

- Hãng "nó" ngu, ráng chịu! Em đã tìm người giỏi cho "nó". Mà "nó" không biết, thì thôi.

Sau đó, tôi đi trình diện vài hãng nữa. Mùa thu, tôi chạy lên trên bắc Đức, cách nhà hơn 700 cây số, trình diện hãng E. P. Việc này, sẽ ngồi ở Đức, điều binh, khiển tướng ở năm quốc gia khác nhau. Tôi hơi rét, bởi biết mình chưa nhiều kinh nghiệm điều hành nhân sự. Trước đây, tôi đã trông coi, dạy việc nhiều tên lính mới. Nhưng bây giờ, chỉ huy mấy sĩ quan, khó khăn hơn chứ. Cứ thử trèo cao một chuyến xem sao. Tôi có khoảng 10 phút để trình bày đề tài

Remote Management. Cô nhân viên phòng nhân sự thật dễ thương, giọng nói ngọt xớt. Những lần liên lạc với cô, luôn để lại trong tôi những ấn tượng tốt đẹp. Cô cho biết, hai người Anh của phòng Tài Chính, một người Đức của phòng Pháp Lý, một người Hòa Lan của phòng Quan Hệ Khách Hàng sẽ tham dự cuộc phỏng vấn. Tôi chuẩn bị bài thuyết trình kỹ càng. Đó là cuộc đấu trí không cân sức. Một mình tôi, chống chỏi với năm ông tây, bà đầm, hỏi đáp vặn vẹo. Tôi trả lời suôn sẻ, ngay ngắn các câu hỏi ngang dọc của các ông bà. Khi bàn chuyện lương bổng, cô nhân sự gật gù. Ngoài ra, cho công việc này, vì nhu cầu thường xuyên đi công tác, tôi sẽ có xe riêng. Mấy tuần sau, cô "giọng ngọt" báo tin chẳng lành cho tôi. Cô khéo nói, làm tôi nguôi ngoai, không u sầu, ủ dột. Chỉ tiếc, hụt mất việc làm vừa có tiếng, vừa có miếng, có cả "xế hộp" đi kèm. Tôi tự an ủi. Eo ui, nhận việc ấy, quanh năm, bốn mùa căng thẳng, tất bật, còn gì tuổi xuân.

Có những hãng nhận đơn, mà chẳng hề mở lý lịch tôi gởi kèm theo. Họ đâu biết, đàng sau cái tên mà họ không thể nhận ra nam nữ, là một quý bà. Có lẽ họ phỏng đoán, công việc khô khan này chắc chỉ hợp với quý ông. Bởi vậy, họ viết thư từ chối thật trịnh trọng: *"Sehr geehrter Herr Hoang,* Kính thưa ông Hoàng, sau khi đọc kỹ càng lý lịch của ông, mặc dù ông có nhiều khả năng chuyên môn... Rất tiếc, chúng tôi..."

Có những hãng "vờ" đăng tìm người, cho được vẻ ăn nên, làm ra. Ai nộp đơn, sau một tuần có thư từ chối đúng một mẫu gởi trả lại. Rồi vài tháng sau, lại đăng, vẫn tìm người cho công việc như vậy. Tôi lập hồ sơ *excel*, làm danh sách các nơi đã nộp đơn. Có hãng chậm tiêu, sau cả năm trời mới viết thư từ chối. Tôi nhận thư, chẳng nhớ mình liên lạc với hãng lúc nào. Mở danh sách dò lại, té đã là chuyện cũ cách đây hơn một năm.

Người bạn, có thời đồng bệnh tương lân, (bệnh... thất nghiệp) thương cảm nỗi niềm của người cày... chưa có ruộng, gởi tặng bài thơ *Khổ Qua*:

Khổ là đắng, qua là quá nhiều vị đắng
Nhưng vị đời phải chua chát không ngon?
Đời thừa rồi những bùi ngọt thơm dòn
Cắn một miếng tân toan trong cõi tạm
*

Có đi qua trong đêm buồn hôn ám
Sớm mùa đông trên dốc lạnh đường dài
Che áo tơi đầy tuyết trắng sương mai
Mới biết ấm tấm chăn bông cũ nát
(Nguyễn Đức Tuấn Đạt)

Cám ơn bạn hiền. Hồi giờ, tôi tưởng "trái khổ qua" là "trai khổ quá", là món rau quả riêng dành cho quý ông. Ai dè, trai gái chi đều có cơ hội nếm khổ qua như nhau.

Thêm vài tuần im ắng, hết ngồi lê, lại tới dựa cột, tôi bắt đầu sốt ruột. Tôi mon men ra Sở Lao Động, mè nheo xin đi học. Ông nhân viên hữu trách đọc tờ lý lịch dài như sớ táo quân của tôi, nhướng nhướng mày:

- Tay nghề của cô đầy đủ rồi. Có thiếu gì đâu!

- Có chứ ông. Biển học bao la, học bao giờ cho hết. Mà ông biết đó - Tôi "địa":

- Bây giờ tranh đua dữ lắm. Khối Liên Minh Âu Châu bỏ biên giới. Tôi đâu chỉ cạnh tranh với người bản xứ, người Đức. Các xứ khác ào ào tới đây giành việc. Cho nên, tôi cần phải võ trang thêm chứ ông. Đây, tôi thấy khóa học Kiểm Toán Quốc Tế. Thời đại toàn cầu hóa, món này rất cần.

Ông sắp sửa chấp thuận đơn, nhưng làm bộ khó khăn:

- Khóa học này đắt lắm nghe cô. Cô học, phải theo cho tới cùng. Bỏ ngang, phải đền tiền. Trừ trường hợp cô xin được việc làm.

Có cơ hội, lại tiếp tục vui đời học trò. Đến lớp, chỉ có năm ông Đức già già (cỡ tôi). Mặt nhăn, mày nhíu. Ba tuần đầu học *Business English*. Tôi chẳng phải tập dợt gì. Mấy ông Đức già nói tiếng Anh nghe nặng mùi... bia Đức, hỏng êm tai. Bởi vậy, ông thầy Anh văn mê tít tiếng Anh giọng Huế của tôi. Sau ba tuần hưởng nhàn, khi bắt đầu học các môn luật thương mại, các quy định thuế má, tôi thấm đòn của gánh nặng lều chõng. Mỗi ngày tới lớp, thấy chồng sách vở trên bàn mà chóng mặt. Chân cẳng mỏi nhừ, bài vở rượt, phải chạy vắt giò lên cổ. Ngủ gà, ngủ gật trên xe lửa tới trường, tôi tội nghiệp cho mái đầu "hai lai" tiêu muối của mình. Bạn bè ở Việt Nam đến tuổi về hưu, mình vẫn dùi mài kinh sử miết. Vừa theo khóa kiểm toán quốc tế, tôi vừa tăng tốc độ tìm việc. Thời hạn lãnh trợ cấp thất nghiệp sắp hết. Quỹ cho các chương trình đào tạo tôi đã xài láng o rồi. Tình trạng của tôi không chỉ nước tới chân, mà nước lên tới cổ rồi, phải lo nhảy cho nhanh. Tôi nộp đơn tá lả, từ hãng kỹ nghệ đến công ty thương mại, từ bắc xuống nam, từ đông qua tây. Hễ có mua, có bán, tất phải cần đến nhân viên kế toán tài chánh. Vào *internet*, tôi chọn tất cả loại việc, hợp đồng dài hạn, ngắn hạn, làm thuê qua trung gian... Về lương bổng, với tâm niệm, không phải bây giờ lương thấp, mà hồi xưa lương cao. Tôi phải đại hạ giá, đưa mức lương như kỹ sư mới ra trường. Xét theo thu nhập, tự nhiên tôi trở thành… tôi của 19 năm trước, lúc vừa xong đại học. Vậy, "lời" quá đi chứ. Trẻ gần hai chục tuổi, mà chẳng cần đến dao kéo của thẩm mỹ viện. Còn vài tuần nữa khóa học kết thúc, mọi trợ cấp chấm dứt. Tôi như đứng trên lửa, như ngồi trên than. Bởi vậy, khi có hãng trung gian tìm người cho một công ty buôn bán các dụng cụ y khoa, làm theo hợp đồng hai tháng, tôi ừ ngay. Đang khi ế ẩm, cho dù, *ruộng vừa xấu, vừa sâu, vừa bé hạt thóc, vừa lâu đồng tiền*, có chỗ đi cày, tôi vui mừng tí tởn. Thì vậy, *buổi chợ đông con cá hồng anh chê lạt, buổi chợ tan rồi con tép bạc anh cũng mua*. Nghĩ cho cùng, số tôi hãy còn hên lắm. Vào công ty B. & L., tôi gặp lại một bạn đồng nghiệp hãng cũ. Cô bạn chỉ dẫn tận tình. Trong thời gian ngắn, tôi rành rẽ công việc. Cô bạn và tôi ngồi chung phòng, hợp tính nhau, hai chúng tôi cùng nhau hưởng nhàn. Lương thấp chả sao, liệu cơm gắp mắm. Hiềm một nỗi, tôi chỉ là "lính đánh thuê", hợp đồng gia hạn mỗi lần hai tháng. Tôi phải chân trong, chân ngoài, tiếp tục tìm việc. Khi làm đến tháng thứ ba, tôi tìm được việc làm theo hợp đồng dài hạn. Tôi chưa kịp "bật mí" cho sếp. Tình cờ, sếp mời tôi vào văn phòng, hân hoan báo tin vui, hãng B. & L. sẽ "mua đứt" tôi. Tôi sẽ làm trực tiếp không qua trung gian. Uổng quá, phải chi biết ý định của hãng sớm, tôi đã không chộn rộn lo tìm việc khác. Tôi đành từ giã cô bạn đồng nghiệp dễ thương.

Tôi chọn cuộc hẹn phỏng vấn ở một công ty thuộc tập đoàn ngân hàng Pháp vào lúc 8 giờ sáng. Phỏng vấn xong, tôi lật đật ra về, kẻo không, quá trễ giờ đi làm. Vừa xuống cầu thang mới phát giác mình quên cặp hồ sơ trong phòng họp ở tầng hai. Lúc đó, có tiếng chân chạy vội vã nơi cầu thang. Bà A., *HR Manager* đã phỏng vấn tôi, đang chạy bộ xuống, tay ôm cặp hồ sơ của tôi. Bà vừa nói, vừa thở:

- Tôi không chờ thang máy. Mà chạy bộ cho nhanh, để kịp đem cặp xuống cho cô đây.

Tôi tươi cười cám ơn, bà ta thật dễ mến. Sau đó mấy ngày, ông C., giám đốc tài chính gọi điện thoại, hẹn tôi đến để dự cuộc phỏng vấn qua *video* với ông L., sếp lớn bên Hoà Lan. Nói chuyện xong đã hơn 6 giờ chiều. Ông C. đưa tôi đi coi chỗ làm việc của tôi. Văn phòng lúc đó đã trống trơn. Ông C. đưa tôi ra cửa. Vừa đi, ông vừa kể chuyện, sau khi xong đại học, ông đi du lịch một chuyến khá dài qua Á châu, theo kiểu "tây ba- lô". Có lẽ nhờ đi đó đây nhiều, nên ông không đậm nét Đức. Đáp lễ, tôi tâm sự đôi điều về "con đường gian khổ" tôi đã đi qua. Có lẽ sau buổi nói chuyện này, ông có cảm tình đặc biệt với tôi và quyết định thuận lợi cho tôi.

Còn mấy ngày nữa là tết Nguyên Đán, bắt đầu năm mới âm lịch, ông giám đốc gọi điện thoại báo tin vui. Hãng đã đồng ý ký hợp đồng làm việc dài hạn với tôi. *Congratulation! Welcome to the Family.* Câu chúc cho năm con ngựa thật thích hợp: mã đáo thành công. Tôi nghe tim mình rộn ràng... *trời sắp tết hay lòng mình đang tết.* Gia đình, bạn bè đang chung ly rượu mừng với tôi:

Ngày xuân nâng chén ta chúc nơi nơi/ Mừng chị (anh) nông phu vui lúa thơm hơi ...

Chim én ơi, khi báo tin xuân Giáp Ngọ đang về với trần gian, nhờ chim én báo luôn rằng, người cày bây giờ đã có ruộng.

Tháng Giêng 2016

Khung Cửa hẹp - Tranh Hoàng Thanh Tâm

KHOẢNG CÁCH VÔ HÌNH

"Cơ cấu tổ chức" trong bếp gia đình anh chị có vài thay đổi từ khi chính phủ ban hành những biện pháp phòng ngừa bệnh dịch. Trước đây, chị thường đi làm về trễ. Bởi thế, anh đảm trách khâu nấu nướng. Chị lo bày bàn và dọn dẹp. Bây giờ, cả hai vợ chồng cùng đóng đô ở nhà. Cho nên, chị chuyển sang bầu bạn với ông Táo.

Chiều nay, trong khi chị bận rộn bên bếp, anh bày chén đũa ra bàn. Chị đặt dĩa rau xào xuống. Liếc qua hai cái chén anh dọn sẵn, một trắng, một xanh. Chị nghĩ, con cái đã ra riêng, nhà giờ chỉ còn chóc ngóc hai vợ chồng. Làm gì, cũng cố gắng giống nhau, cho ra vẻ... sắt cầm hảo hợp. Chị đổi chén, để cặp chén... đẹp đôi. Anh hỏi trổng:

- Sao vậy?

Chị cười nhẹ:

- À, thì đào nào, kép nấy đó mà anh.

Anh dường như không để ý đến nụ cười cầu hòa của chị, giọng gay gắt:

- Chớ không phải anh làm gì, em cũng muốn sửa lưng.

Chị cố cứu vãn tình thế:

- Đâu có anh. Chén đũa giống nhau cho có *partner look*.

Anh khô khốc:

- Bày đặt màu mè.

Chị tưởng tượng mặt mình ỉu xìu như bánh tráng nhúng nước. Sao lạ vậy! Những khi đứa con về thăm, ngắm mâm cơm chung, nó xuýt xoa khen: "Mẹ bày biện khéo léo, trông ngon lành ghê." Anh vui vẻ tán thưởng: "Chứ sao, mẹ con là nhất, mẹ con chứ đâu phải ai!"

Anh không nói, không rằng, gắp gắp, lùa lùa. Anh buông đũa, trong khi chị chưa hết nửa chén cơm. Anh đứng dậy, mở tủ lạnh lấy chai *Cola*, đưa lên miệng. Chị lật đật:

- Anh, anh! Nhớ rót vào ly. Uống như vậy...

Anh cắt ngang, cáu kỉnh:

- Biết rồi, theo như *internet*, uống thẳng từ chai có nhiều vi trùng *bla bla bla*...

Anh dứt khoát đưa chai *Cola* lên tu một hơi dài, xong lẩm bẩm:

- Riết rồi chẳng được tự do làm cái gì cả.

Anh đã rời nhà bếp cùng chai *Cola* to tướng trong tay. Chị no ngang, nhưng không dám bỏ mứa, sợ tội trời, đành nhơi nhơi cho hết miếng cơm lạt nhách.

Chị tuân thủ triệt để lệnh cấm cung. Với chị, trong tình hình hiện tại, ở nhà vừa là trách nhiệm, vừa là quyền lợi. Mình ở nhà, để tránh gây những phiền toái đáng tiếc. Hơn nữa, ở nhà, có thêm thì giờ cho bản thân mình, đúng là điều chị luôn mong muốn. Nhà anh chị ở làng, vườn tược rộng rãi, không được cò bay thẳng cánh, nhưng vẫn đủ chim chóc vui vầy, ca hát líu lo. Lăng quăng trong vườn, đầy đủ thiên nhiên cho mắt thấy tai nghe, chân cẳng thoải mái. Vậy mà, anh cứ nhấp nhỏm, đòi đi ra đường. Thấy anh khoác áo, mang giày. Chị vờ vĩnh:

- Chạy bộ hả anh?

Anh thản nhiên:

- Không! Anh ra chợ.

- Ủa, anh mới đi chợ hôm qua mà. Rau trái tươi mình còn đầy đủ.

Chị xuống giọng như năn nỉ:

- Mình nên hạn chế ra ngoài đường anh ơi.

Anh lạnh lùng:

- Đề phòng là tốt. Nhưng đừng *übertreiben* quá đáng. Ở nhà hoài, tù túng lắm.

Anh bước ra, đóng sập cửa. Chị đứng cạnh cửa thật lâu, buồn buồn, lo lo. Không biết xử sự như thế nào. Nếu anh cứ tiếp tục như vậy, có lẽ chị phải lập chương trình cách ly giữa hai vợ chồng. Hay là, khi anh về đến nhà, chị cầm sẵn bình nước sát trùng xịt từ đầu đến chân anh, rồi nhắc anh đi rửa tay, trong lúc chị hát hai lần bài *Happy Birthday*. Nghĩ vẩn vơ vậy thôi, chứ chị biết, bất cứ đề nghị, góp ý gì của chị, anh cũng cho rằng chị muốn ra lịnh, *herumkommandieren*. Chị đành phó mặc mọi sự cho mệnh trời. Bao lần trước bàn thờ cha mẹ của anh chị, chị lâm râm khấn nguyện, xin bốn đấng sinh thành phù hộ cho toàn thể gia đình được vạn sự an lành. Chị cầu nguyện thêm mẹ của anh, xin bà khuyên nhủ anh bớt tật gàn, chướng. Ngày bà còn sống, bà vẫn tự hào, anh luôn luôn nghe lời mẹ.

Chị để lọ muối nhỏ trong phòng tắm. Lâu lâu chị vào phòng tắm, bật nước ào ào rửa tay, rồi pha một ly nước muối mặn chát súc miệng. Mà phải đúng nguyên tắc ngửa cổ súc cho nước muối chạy sâu xuống cổ họng. Nơi cầu thang, cây chanh mơn mởn hoa, tỏa hương thơm ngát. Mỗi lần đi ngang cây chanh, chị dừng lại, cúi xuống thưởng thức hương chanh. Từ lúc đọc thông tin, người nhiễm bệnh dịch có thể mất khứu giác một thời gian, chị lại càng thường xuyên dừng chân bên cây chanh. Có lúc chị ngồi thụp xuống, hít lấy, hít để, tưởng như niềm vui ùa vỡ trong buồng phổi. Ô, mừng quá, mình vẫn ngửi được hương thơm của chanh. Tức là mình vẫn còn khỏe mạnh.

Ca sĩ Thái Thanh là một trong những ca sĩ chị yêu thích nhất. Rất nhiều bài hát chị chỉ nghe bản thu âm trước 1975, cho dù sau này hòa âm, phối khí có thể chuyên nghiệp hơn. Từ khi nghe tin ca sĩ qua đời, chị hầu như chỉ nghe ca sĩ Thái Thanh hát. Qua giọng hát của ca sĩ Thái Thanh, kỷ niệm của những năm tháng êm đềm hoa mộng trước cuộc đổi đời trở nên sống động trong tâm, trong trí chị. Chị đang mơ màng...

Ôi tình ta đẹp như lời thơ, vấn vương đắm mê mơ màng
Ôi tình ta đẹp như Ngọc Lan ngát hương đượm sương
trong trắng

...

Anh đi ngang qua, nói với vẻ bực dọc:

- Đổi nhạc khác được không? Nghe bắt mệt.

Chị ngước nhìn anh, ánh mắt giận dữ. Không trả lời, chị ôm máy vào phòng, đóng sầm cửa. Vừa nghe nhạc, nước mắt chị lưng tròng, cổ họng nghẹn nghẹn. Khi anh nghe nhạc "của" anh, có những tiếng hát gây cho chị cảm giác nhộn nhạo, khó chịu, chị chỉ lẳng lặng sang phòng khác.

Chị chưa hề yêu cầu anh đổi nhạc, chưa hề chê bai, dè bỉu. Anh phải nhận thấy điều này chứ.

Được ngày nắng, anh bận rộn sơn sửa nhà đậu xe, chị chăm bẳm tỉa lá, cắt cành trong vườn. Xế trưa, chị rủ anh nghỉ tay, nhâm nhi cà phê bánh ngọt. Trong lúc chuẩn bị thức uống, chị nghe *The Jimmy Show*. Chương trình phỏng vấn các ca, nghệ sĩ của cậu thanh niên nhỏ tuổi hơn con của chị, nhưng những kiến thức của cậu ta về nhạc Việt Nam luôn làm chị ngạc nhiên, thích thú. Vừa bước vào bếp, anh đưa tay tắt phụp cái *Tablet*. Chị giật mình, sững sờ nhìn anh:

- Tại sao?

Anh nhún vai:

- Làm gì mà em nghe nhạc từ sáng tới chiều!

Mấy chục năm ở với nhau, anh đã quá rõ thói quen nghe nhạc tối ngày sáng đêm của chị. Anh đã chấp nhận tật của chị, mở mắt là mở máy hát, *radio*. Cả hai như có thỏa thuận ngầm, lúc nào cảm thấy quá sức chịu đựng thì tự bấm nút hai không: không nghe, không thấy. Mà sao bây giờ anh lại phá lệ. Cơn bướng trong chị trỗi dậy. Chị vào phòng lấy cái điện thoại, mở vội một chương trình nhạc và gắn *headset* vào tai. Chị dọn cà phê, bánh ra bàn, nói lạt lẽo:

- Anh uống cà phê ăn bánh.

Chị biết, ngồi hai người bên bàn ăn mà mang *headset* rất khó coi, rất bất lịch sự. Nhưng chị muốn cho anh biết, chị thực sự cảm thấy bị xúc phạm. Chị cố giữ vẻ bình tĩnh, uống cà phê, ăn bánh ngọt. Cả cà phê lẫn bánh ngọt đắng nghét.

Theo lời kêu gọi của "bà mẹ" Merkel, bà thủ tướng Đức, khoảng cách quy định nơi công cộng là hai mét. Khoảng cách trong nhà chị tuy vô hình, không đo được, nhưng dường như rộng lắm. Trước đây, mỗi khi có nguy cơ "chiến tranh lạnh", chị thường ướm ý, nhắn con về thăm nhà, làm sứ giả hòa bình, hoặc rủ rê bạn bè nhóm họp để hâm nóng không gian buốt giá quanh anh chị. Nhưng trong tình hình hiện tại, chị không thể tìm ra giải pháp khả thi.

Mấy hôm nay, anh không còn đòi đi chợ hàng ngày để mua bánh mì nóng nữa. Có hôm, anh xách xe chạy một hồi, rồi về nhà tay không. Anh kể: "Anh đến chợ, thấy đông người, mất hứng. Thôi về, không vô chợ nữa." Buổi sáng, anh lịch kịch soạn khẩu trang, chai nước sát trùng. Chị đoán, anh đi chợ, nhưng không hỏi. Anh lên tiếng:

- Anh chạy ra *Baumarkt* mua gỗ, sửa lại hàng rào.

Chị ậm ừ, trong lòng băn khoăn. Đôi lần đi *Baumarkt* với anh, chị thấy anh thường tán chuyện rôm rả với nhân viên bán hàng hoặc với người mua hàng, trao đổi kinh nghiệm khi *do- it- yourself*. Chị biết, bây giờ nhắc nhở anh thế này, thế nọ, chẳng giúp được gì, mà còn phản ứng ngược. Rồi chị cười tự diễu mình, ôi, sao mình lẩn thẩn quá. Bây giờ, ai cũng phải mang khẩu trang thì hơi sức đâu mà chuyện với trò.

Anh về, ngoài mấy thanh gỗ, anh hì hục khuân mấy bịch đất to tướng. Anh khoát tay:

- Anh mua sẵn, khi nào em cần là có ngay.

Chị tươi giọng:

- Cám ơn anh. Chợ đông không anh?

Anh lắc đầu:

- Chợ vắng như chùa bà Đanh. Mỗi người cách nhau không phải hai thước mà cả hai chục thước. Cần gì lắm mới ra chợ. Anh cũng *keine Lust*.

Chị yên bụng. Nay anh "tự nguyện" không muốn đi chợ. Như vậy, chị có điều kiện *xích lại gần anh tí nữa đi em*. Chị vui vui nhớ đến bài hát "mùi rệu" ngày xưa. Anh theo dõi tình hình bệnh dịch trong các tường thuật trực tuyến của nhiều đài truyền hình nhiều lần trong ngày. Chị chỉ xem mỗi chương trình của đài *ARD* lúc 8 giờ tối. Buổi chiều, chị đang ngồi đọc sách trong vườn. Anh hí hửng báo tin:

- Em ơi, tình hình ngày càng khá. Hôm nay, chỉ số lây lan, *Reproduktionszahl* đã xuống dưới 1. Hàng quán, *Einkaufszentrum* sắp sửa cho mở cửa lại rồi.

Chị reo lên:

- Mừng quá ha anh. Vậy ít bữa mình có đi một vòng thử không anh?

Anh lắc đầu:

- Thôi, ở nhà cho khỏe. Lại làm được khối việc.

Chị nhỏ giọng dò hỏi:

- Mình dựng cổng vòm để trồng hoa hồng nhe anh.

Anh hăng hái:

- Ừ, dựng cổng xong, anh chở em ra nhà vườn mua hoa. Mà vẫn phải đeo khẩu trang, phải cách nhau hai mét đó nghen.

Chị vui quá chừng. Chị chẳng nề hà chi khoảng cách bắt buộc trong chợ, trên phố. Chị nhớ câu nói của xướng ngôn viên trên ti- vi khi bàn luận về tình hình bệnh dịch: "*Die Hoffnung stirbt zuletzt*". Niềm hy vọng chết cuối cùng. Ai nấy đều hy vọng cuộc sống sẽ trở lại nhịp độ bình thường trong một ngày gần đây. Trong chị, niềm hy vọng cũng đang vươn lên. Biết đâu, khoảng cách vô hình giữa

anh chị sẽ được rút ngắn và biến mất trước khi có lệnh chấm
dứt giãn cách xã hội.

Tháng Bảy 2020

Lời bài hát trích trong:
Hương Ngọc Lan, Nhạc: Hoàng Trọng; Lời: Lan Đình, Song Hương
Xích lại gần anh tí nữa đi em, Nhạc: Mặc Thế Nhân

Nghĩa tiếng Việt của những chữ tiếng Đức trong bài:
übertreiben: phóng đại
herumkommandieren: ra lệnh, chỉ huy
Baumarkt: cửa hàng/chợ bán vật liệu xây cất
keine Lust: không thích, không hứng thú làm việc gì
Einkaufszentrum: trung tâm thương mại

NA UY - XỨ LẠNH TÌNH NỒNG

Duyên hội ngộ

Cách đây mấy năm, em tôi đi Na Uy về, đưa cho tôi cuốn *Viết & Đọc*. Nói, của người bạn làm báo gởi tặng. Bởi, nghe em kể, có người chị cũng viết lách. Sau đó, tôi nhận *email* của Dương Kim, rủ đóng góp bài vở cho *Viết & Đọc* của Na Uy. Tôi gởi đôi bài viết cũ cho Kim. Vẫn định bụng, lúc nào đó, gởi bài mới. Mà vẫn chưa thực hiện được.

Tôi gởi tặng Dương Kim tập truyện *Bông Hoa Trên Phím*. Kim viết thư cám ơn, tôi mới biết, Kim là con trai của cố luật sư/nhà văn Dương Kiền.

Tháng bảy 2016, tôi đổi việc, dọn nhà xuyên tiểu bang, từ Berlin về Frankfurt. Còn hai ngày phép, để hoàn hồn sau những tuần lu bù với bàn giao công việc và chuẩn bị "di cư". Kim viết thư báo tin, gia đình Kim sẽ sang Berlin chơi. Nếu thuận tiện, hẹn gặp nhau. Quả là có duyên gặp. Sớm hơn, e rằng tôi không thể thu xếp được. Trễ vài ngày, tôi đã gồng gánh rời "kinh đô" về "quê". Thế là chúng tôi có dịp dàn hàng chụp hình dưới cổng thành lịch sử Brandenburger Tor. Sau buổi *picnic* dã chiến, chúng tôi xúm xít ôm những tảng đá trong Tiergarten. Ngày sau, chúng tôi chiêm ngưỡng lâu đài Sanssouci với vườn thượng uyển tuyệt mỹ ở Potsdam, thủ phủ của tiểu bang Brandenburg.

Cách đây mấy tuần, trên đường đi đến chỗ làm, tôi nhâm nhi cuốn *Hoa Tuyết*, truyện ngắn các nhà văn Nữ Na Uy do Dương Kim dịch. Tự dưng, tôi cảm thấy Na Uy như thân hơn một chút và nghĩ, mình sẽ đi Na Uy, trong một ngày gần đây.

Tình cờ, em tôi báo tin, ở Oslo có văn nghệ với ca sĩ từ Mỹ qua. Lịch tháng 11 của tôi đã quá bận rộn với hai chuyến đi xa vào đầu và cuối tháng. Nhưng, như có thôi thúc trong lòng, tôi vào mạng tìm vé máy bay. Liên lạc với Kim báo tin, chúng tôi sẽ đến Oslo gần nửa đêm. Vài tin nhắn qua về trên *viber*, vài thông tin tới lui trên *email*. Mọi chuyện được sắp xếp đâu vào đó. Khuya thứ sáu, Kim đón vợ chồng chúng tôi ở phi trường Gardermoen. Buốt giá của Bắc Âu là đây. Cỏ cây trắng xóa. Trên đường về nhà Kim, giữa đêm, đèn vẫn sáng choang quanh nhà. *Hei Norge*, xin chào Na Uy.

Xứ lạnh

Trong phố không nhiều tuyết, nhưng khá lạnh, khoảng 10 độ C âm. Mặt đường trơn trợt. Đi rón rén từng bước, thế mà phu quân của tôi vẫn chụp một rổ ếch to tướng.

Kim đưa chúng tôi lên khu trượt tuyết Holmenkollen ở vách núi. Nơi đây có cầu nhảy trượt tuyết lâu đời nhất thế giới. Cầu trượt cao ngất nghểu. Nhìn thôi, đã phát ngợp. Nếu trời trong, từ trên cao có thể thấy thành phố Oslo. Hôm đó, buổi sáng có vài tia nắng mỏng manh, trời xám mù khi chúng tôi lên đến Holmenkollen. Chúng tôi lòng vòng dạo chơi, nhìn xuống toàn cảnh sân vận động phía dưới, trắng xóa những tuyết và tuyết. Băng tuyết bám trắng cây cỏ, trông thật thích mắt, tựa như những hình chụp trong thiệp giáng sinh. Nhà cửa dọc hai bên đường của khu này rất đắt. Đa số, nhà vách gỗ, sơn màu trắng, màu sáng. Các hàng rào cũng bằng gỗ. Có lẽ nhờ vậy, giữa tuyết lạnh, nhà cửa vẫn đem lại cảm giác ấm cúng. Năm nay, nghe nói, hơi lạnh so với những năm trước. Cho nên, nghe tin chúng tôi đến Na Uy vào mùa này, ai cũng nhắc nhở nai nịt kỹ càng.

Đời sống Na Uy khá đắt đỏ so với Đức. Nhưng vẫn "dễ chịu", vì mức thu nhập cao và hệ thống an sinh xã hội rất tốt. Nhiều năm, Na Uy là một quốc gia có phẩm chất cuộc sống cao nhất thế giới.

Sóng nước biếc

Chỉ mỗi ngày thứ Bảy cho Oslo, chúng tôi có thể "liếc" sơ một hai danh lam thắng cảnh của thủ đô. Chúng tôi trực chỉ Vigelandsanlegget. Người Việt ở Na Uy gọi nôm na là công viên "xếch- xy", vì toàn bộ tượng hình ở công viên đều ở trong trang phục chào đời.

Công viên với hơn hai trăm bức tượng đá hoặc đồng của điêu khắc gia người Na Uy Gustav Vigeland. Những bức tượng này là biểu tượng chu kỳ của kiếp người. Từ lúc là một bào thai trong bụng mẹ, lớn lên, già đi. Sinh, lão, bệnh, tử. Bức tượng đồng tạc cậu bé con giận dữ dậm chân có lẽ rất được ưa chuộng nên thỉnh thoảng lại bị "đạo chích" xén đi bàn tay.

Đi dạo trong công viên Vigelandsanlegget, trời rét căm căm. Bỗng dưng, tôi nghe tiếng nhạc réo rắt. Một nhạc công phong cầm ngồi giữa băng tuyết, đang chơi bài *Sóng Nước Biếc*. Thật là tình cờ kỳ diệu. Mới hôm qua, hôm kia, ở Đức, khi chậm chân nghe nhạc công chơi phong cầm ở nhà ga, trí tôi lao xao nhạc điệu bài *Sóng Nước Biếc*. Bươn bả chạy nhanh cho kịp giờ xe, tôi tiếc, định bụng hôm nào thuận tiện sẽ đến yêu cầu. Hôm nay, ở Oslo, tôi được nghe *Waves of the Danube* của nhà soạn nhạc người Lỗ- Ma- Ni, Iosif Ivanovici. Lời Việt *Sóng Nước Biếc* của nhạc sĩ Phạm Đình Chương thật tuyệt vời. Trong cái lạnh cắt da, giữa công viên rộn ràng du khách, tôi mơ màng.

Một giòng sông sâu cuồn cuộn sóng trôi về nơi đâu
Gió đưa buồm nâu mang tâm hồn vào cõi u sầu
Một vầng trăng nhô rung mình dưới muôn đợt sóng vỗ
Lá hai hàng cây khô đang gieo mình vào cõi mơ hồ

Tôi đứng lại, chân đi không rời. Bạn bè đã lên trước một đoạn xa, quay lại vẫy vẫy tôi. Tôi tần ngần, tiếc rẻ, rảo chân theo cho kịp, trí vẫn vang vang lời ca mượt mà.

Sóng lớp lớp, sóng lớp lớp, sóng đem nguồn vui
Đang chơi vơi, đang chơi vơi, sóng lan mọi nơi
Khi đau thương, khi yêu đương, thiết tha vô vàn
Sóng dâng trong lòng ta mơ màng

Tình nồng

Nhà cửa ở Na Uy thật dễ thương. Nhà vách gỗ, mùa đông thấy đẹp, mùa hè chắc còn đẹp hơn nữa. Đến ai, thấy nhà cửa cũng khang trang. Hệ thống sưởi rất hiện đại. Ngoài trời rất lạnh, mà trong nhà vẫn ấm áp dễ chịu.

Chúng tôi về đến nhà Kim đã quá nửa đêm. Chủ nhà đã chuẩn bị chiêu đãi du khách Đức món ăn khuya. Sau khi ăn món mì xào tôm thịt, chúng tôi tráng miệng ly nước Na Uy. Nước lạnh, mà ngọt như đường cát, mát như đường phèn.

Bước vào nhà, hai vợ chồng Kim đã cho chúng tôi cảm giác mình là người nhà. Chúng tôi được có hẳn giang sơn riêng, một cái *suite*, với phòng tắm rất hiện đại, và chắc là rất... hại điện. Buổi sáng, có bún bò, thơm phưng phức, vừa ăn bún bò nóng hôi hổi, vừa ngắm phong cảnh trời đông qua cửa sổ. Lạnh thì lạnh thật, nhưng đẹp quá chừng.

Kim giống như ông bầu, chở ca sĩ chạy *show*. Kim đưa chúng tôi đi thăm người đồng nghiệp xưa của Ba tôi. Tôi

được nghe bác ôn vài kỷ niệm thuở bác và Ba tôi ở Việt Nam. Bác gái đãi chúng tôi món bánh bột lọc, ăn với nước mắm đặc biệt do chính tay bác bào chế. Gia đình hai bác tiếp đãi chúng tôi thật thân thiết, nồng hậu. Chuyến ghé thăm chớp nhoáng, mà ra về quyến luyến mãi. Kim tiếp tục chạy xe ngang dọc qua những con đường ngập tuyết của Oslo, tìm cho tôi chị bạn thời Quảng Ngãi. Mấy chục năm gặp lại, vừa chuyện vãn, chị bạn bày nướng bánh kẹp ăn với *Brunost*, một loại phô- mai màu nâu đặc biệt của Na Uy, làm từ sữa bò, dê, cừu. Thiệt ra không phải ai cũng xơi được món này. Nhưng đã đến Na Uy thì phải thử cho biết chứ. Cũng như món cá hồi phải có trong thực đơn ở đây.

Chuyện bên lề

Khi quyết định thần tốc đến Na Uy trong cuối tuần rét mướt tháng 11, đâu đó trong góc lòng, tôi có ý mong chàng ca sĩ rủ rê *về đây mặc áo the, đi guốc mộc* và nghe nàng ca sĩ thì thầm *trùng dương vỗ sóng về để đón bước em...*

Nơi tổ chức ca nhạc thật ấm cúng, sang trọng với số lượng khách vừa phải. Ca sĩ chịu khó đứng, ngồi, điệu bộ để khách hâm mộ chụp hình chung.

Chàng ca sĩ giới thiệu chương trình, nửa đùa, nửa thật, bảo, phải "câu giờ", chứ hát đến khuya e không đủ sức. Loáng thoáng có tiếng yêu cầu bài hát quen thuộc. Chàng ca sĩ bảo, "Trịnh Công Sơn muốn tôi hát bài *Phôi Pha*, tôi hát, sau đó ít lâu, anh ấy qua đời. Tôi gặp anh Trầm Tử Thiêng, anh ấy cũng thích bài này. Bây giờ anh ấy đã ra đi." Rồi với một giọng tưng tửng (vừa vô tâm, vừa vô duyên): "Đấy, bây giờ ai còn muốn tôi hát *Phôi Pha* nữa không?".

Uổng quá! Chàng ca sĩ ơi! Phải chi chàng cứ lầm lì, mặt nhăn, mày nhó (như vài đức lang quân nhận xét), nhưng chỉ cất giọng, *Yêu là lòng bâng khuâng, nhớ hay thương một chiều thu vương*, thì biết bao "em" thổn thức, tương tư.

Dạo tôi "lùng" tìm nhạc chàng hát, tôi bắt gặp một trong những bài hát tôi yêu nhất. Nghe chàng thảng thốt: *Đừng nhìn anh nữa em ơi, hoa xanh... hương trinh...* Tôi hoảng hồn. Kinh khủng quá! Chàng mà cũng hoa xanh! Chàng mà cũng hương trinh! Tôi tắt máy cái rụp, không đủ can đảm nghe chàng... tra tấn. Ngày xưa tôi đã thương giọng ca của chàng. Nhưng chàng hát như vậy, là chàng... đả thương tinh thần tôi. *Thôi thì thôi nhé, có ngần ấy thôi*, chàng ca sĩ ạ.

Nàng ca sĩ có lẽ chạy nhiều *show*, hãy còn mệt, không đủ thì giờ ôn bài, nên hát nhạc ngoại quốc là chính. Khi nàng ca sĩ nhộn nhịp *Hey hey, set me free, Stupid Cupid stop picking on me…* không khí rộn ràng tươi vui. Nhưng chỉ để nhảy lưng tưng, tôi mở nhạc ở nhà cũng được, chứ đâu phải lặn lội đường xa như vầy. Sau đó, theo lời yêu cầu của khán giả, nàng ca sĩ hát vài bài nhạc Việt. Nàng thủ thỉ, sẽ hát bài *Sang Ngang* và *Ngăn Cách* của Y Vân. Tôi nhăn nhó thầm, bài *Sang Ngang* của nhạc sĩ khác mà. Nàng nỉ non:

Thôi nín đi em lệ đẫm vai rồi buồn thương nhớ ơi

....

Em khóc những chiều, anh xót xa nhiều thương cho đàn con.

Tôi giật bắn cả người. Ôi trời! Nàng ca sĩ đành đoạn đem "râu" *Bài Không Tên Số 4* của nhạc sĩ Vũ Thành An cắm vào "cằm" bài *Sang Ngang* của nhạc sĩ Đỗ Lễ. Chỉ là người nghe, tôi đã cảm thấy đau nhoi nhói cho bài hát. Tác giả biết được, buồn biết chừng nào.

Tôi sẽ trở lại Na Uy. Có nhiều bạn bè dễ thương ở chốn đó. Có nhiều phong cảnh đẹp tôi muốn thăm. Nhưng có lẽ tôi không bao giờ đến Na Uy để nghe nhạc như lần này.

Tạm biệt Na Uy

Vợ chồng Kim rất chu đáo, gói những món quà "quê" Na Uy cho chúng tôi: cá hồi hun khói và cá nục đóng hộp. Đây là những món quà rất được dân Đức gốc Việt ưa chuộng.

Mùa hè, Na Uy còn nhiều màn hấp dẫn như đi câu cá ngoài biển, leo núi Preikestolen (Preacher's Pulpit hoặc Pulpit Rock), đến thăm Trondheim, thủ đô ngày xưa của Na Uy.

Một cuối tuần ngắn cho chuyến đi chơi ở Oslo, Na Uy. Nhưng nhiều hứa hẹn cho tình bạn dài lâu. Na Uy, cám ơn những tình thân nơi xứ lạnh đã tặng hai vợ chồng chúng tôi những tình nồng.

Ser deg igjen, Norge. Tạm biệt Na Uy. Hẹn ngày tái ngộ.

Tháng Năm, 2019

TRÓT ĐÃ BUỘC RÀNG

Phu thê trót đã buộc ràng,
Thì xin nhẫn nại cưu mang vợ chồng...
(Nguyễn Tất Nhiên)

Chị Tiên lăng xăng như thể đám cưới chị. Chị tươi như hoa. Nếu không thấy hai đứa con nhỏ bu theo chị như cái đuôi, không chừng khách có thể đến chúc mừng chị cũng nên. Đám cưới cậu em, mỗi thành viên trong gia đình, được phép mời bạn bè của mình, để tái ngộ cố nhân trong không khí tưng bừng của tiệc tùng. Nhìn đâu cũng thấy nam thanh, nữ tú. Tiếng cười, tiếng nói lao xao. Cũng vui. Bàn của phe chị Tiên đa số quý ông. Thư nhận ra một vài khuôn mặt, là những cây si cổ thụ ngày xưa của chị Tiên. Chị cười tở mở, ra dấu:

- Thư, Hà qua đây chơi một chút đi. Dẫn mấy ông ra mắt luôn.

Hà quay qua chồng:

- Mình qua bàn chị Tiên nhe anh.

Thư xô ghế đứng dậy, nhìn đám bạn, chỉ chỉ, ý nói: "Ngồi đây nghe, tao biến một chút."

Chị Tiên rộn ràng:

- Sao? Mấy người nhận ra con Hà không? Chắc không hả. Hồi đó, nó nhỏ chút xíu à. Thấy nhà có khách, nó trốn biệt. Ông xã nó đây. Coi vậy, bầu đoàn thê tử đông đúc lắm, chỉ thua bà Âu Cơ một chút thôi.

Chị kéo kéo vai áo Thư:

- Đây, đây. Mấy người mà không nhận ra con nhỏ này là là... thôi đó nhe.

Chị chưa để cho ai có phản ứng, đi tiếp một đường giới thiệu:

- Nó đó, tiều phu chuyên chặt cây đó mà.

Có tiếng cười, ai đó ngâm nga: "Em ơi em ở lại nhà, Vườn si em đốn ráo..."

Thư nhận ra anh Linh nghệ sĩ. Anh Linh nhẩn nha:

- Anh thấy Thư y như hồi xưa, không thay đổi gì hết. Làm điệu bộ như anh cả, lên giọng. Sao, lập gia đình chưa?

- Ủa, bộ anh thấy mặt mũi Thư hắc ám lắm hả, không sắm nổi một ông chồng sao? Thư lườm lườm.

Thêm nhiều tiếng cười thích thú:

- Chết rồi, thằng Linh hỏi chuyện không coi giờ. Hồi xưa, con Thư phá duyên mày, mày xém đập vỡ cây đàn mà quên sao.

Thấy anh Linh quê quê, Thư ngài ngại:

- Nói chơi chút xíu. Thư bắt chước nhân gian, cũng chồng con đề huề chứ bộ.

- Kéo ông xã lại đây đi.

- Chồng con Thư không có đây. Nhưng thằng kép nhí của nó ngồi kia kìa.

Chồng chị Tiên phát biểu xong, cảm thấy có duyên, cười hề hề, ngoắc ngoắc con trai Thư:

- Cu Tí, qua đây chào mấy bác cái coi.

Khi cu Tí ngoan ngoãn đứng vòng tay, lí nhí trong miệng chào bác, chào cô... Ai nấy quên đề tài chồng Thư, Thư nhẹ nhõm. Mỗi khi ai hỏi, sao đám cưới cậu em mà không thấy chồng Thư. Thư quanh quẩn trả bài. Rằng số ngày phép trong năm hạn chế. Rằng chồng Thư không xin nghỉ phép, vì hãng của anh đang bận rộn với những dự án lớn. Rằng... Thư vừa cố tìm ra những lý do thật dễ hiểu, chính đáng, vừa lái câu chuyện tới những đề tài khác, để người ta không đặt thêm những câu hỏi mà Thư chỉ biết nói thầm: "Biết trả lời sao!"

Ông anh họ, đến mời Thư đi ăn trưa, ngạc nhiên:

- Ủa, chồng em kỳ này không về à?

- Dạ, có chứ. Nhưng anh về sau. Tụi em phải về cho kịp dự đám cưới, trở lại Đức trước, cho cu Tí đi học.

- Ồ, sao không thu xếp đi chung cho vui. - Ông anh chợt thấm ý, bật cười.- Mà không chừng đi riêng lại vui hơn. Thằng này khéo "thiết kế" thiệt. Hồi nào nó về đây, anh phải hỏi nó có chiến lược gì, để được độc lập tự do vậy.

- Đâu có, anh muốn đi chung. Nhưng thời gian này ở hãng ảnh người ta không cho lấy ngày phép.

Thư vờ nhìn những xe cộ nườm nượp, ngại ông anh thấy điệu bộ nói láo không có căn của Thư.

...

Thư trình diễn điệp khúc này từ lúc báo tin cho đại gia đình biết, chỉ hai mẹ con về Việt Nam dự đám cưới cậu em Thư.

Trên điện thoại, cô bán vé quen, đang dò trong máy, lẩm nhẩm:

- Mùa nghỉ hè, nên hơi khó kiếm vé đó. Hy vọng ba chỗ không đến nỗi nào.

Thư nuốt nước miếng, ờ, tại sao mình không nghĩ ra điều này:

- À, à, hai vé thôi. Ông xã mình không lấy ngày phép được. Anh đi sau.

- Sau mấy ngày, để mình coi bây giờ luôn. Chứ mùa hè, nhiều khi hút vé lắm.

Thư nuốt lần nữa, lúng búng:

- Ờ, ờ, anh đang điều đình với đồng nghiệp. Chưa biết ra sao.

Thư suy nghĩ, sẽ bàn với chồng, anh nên mua vé ở những đại lý của người Đức. Như vậy tiện hơn, tiện cho Thư hơn. Tưởng tượng, cô bán vé ngồi tán nhảm với bạn bè... Biết bà Thư ở khu Westpark không? Mắc cười lắm, vợ chồng bả về Việt Nam như vầy ha. Lúc bả với thằng con trên đường qua Thái Lan trở lại Đức, máy bay của ổng đang tà tà xuống phi đạo Tân Sơn Nhất. Hông chừng, lúc trên mây, hai ông bà có thể gởi nhau nụ hôn gió... Thư cảm thấy bực bội, như thể mang đôi giày nhỏ hơn chân một hai số. Càng nghĩ, Thư càng giận mình tật lười. Phải chi Thư chịu khó gọi đến các văn phòng du lịch của người bản xứ, chẳng ai mảy may suy nghĩ, khi biết một mẹ, một con đi du lịch xa. Thư không dám nghĩ cô bán vé người Việt có tật ngồi lê đôi mách. Nhưng trí tưởng tượng của con người nhiều khi phong phú một cách đáng sợ.

Lần sinh nhật đứa cháu, Thư hứa phụ làm cho cháu ổ bánh. Trước sinh nhật, phải đi công tác xa bất ngờ, Thư tiếc một dịp gặp gỡ gia đình và nhiều bạn bè trong không khí vui vẻ cởi mở. Thư gọi chị Tiên, xin lỗi:

- Em buồn quá trời đất, lâu lâu mới có dịp đông vui như vậy.

Thư giỡn giỡn cho bớt vẻ nghiêm trọng.

- Thôi, người ta được bữa giỗ, lỗ bữa cày. Còn em, phải đi cày, nên mất phần ăn chơi. Mới hay, ăn đồng tiền của quân tư bản, trày vi tróc vảy.

Những háo hức khi đi làm nơi xứ lạ không còn nữa. Thư mong cho xong việc, hết ngày để về nhà. Chủ nhật, người bạn đồng nghiệp rủ đi *brunch* ở nhà hàng sang trọng nào đó, nghe đâu có hải sản các loại và sâm- banh. Nghe đến tôm cua nghêu sò, Thư dễ yếu lòng. Nhưng, nghĩ, đi làm với tên đồng nghiệp này cả tuần lễ. Cuối tuần còn gặp hắn nữa, chẳng có gì hứa hẹn. Tật của hắn hay than van, thể nào hắn cũng lằm bằm, sếp đì hắn. Tính hắn hay so đo, thể nào hắn cũng thăn thỉ, sếp thiên vị Thư. Người hắn to như voi, từ Singapore bay qua Mã Lai, hắn phải nhét người ngồi theo du khách. Còn Thư, như con chuột nhắt, lọt thỏm trong ghế thương nhân. Thư đã bao lần cắt nghĩa, do lối làm việc cứng nhắc của tổ chức, chớ sếp không liên quan gì đến chuyện này. Thư bay từ Đức, bất kể bay gần xa, vé được xem là đường trường, theo hạng thương nhân. Còn "hộ khẩu" hắn ở Singapore, bay vèo một cái tới Kuala

Lumpur, nên máy cứ tự động nhả cái vé hạng "kinh tế" cho hắn. Thư vờ diễu:

- Như vậy, trên máy bay ông có cảm giác là *tourist*. Còn tui, lúc nào cũng phải nhức đầu vì chữ *business*.

Chẳng biết tại Thư diễu nhạt quá, hay hắn chẳng có một giọt máu khôi hài trong người. Hắn chẳng thèm vén mép cười "khuyến mãi" cho Thư một nụ, chỉ lẩm bẩm: "Kỳ quái thiệt". Nghĩ tới đó, Thư tưởng như con tôm hùm đổi mùi thum thủm, rượu nổ đổi vị chua chua. Thư giả vờ tiếc rẻ:

- Uổng chưa, sao bây giờ ông mới rủ. Tui hẹn đi chơi với Tennie rồi. Lần khác vậy.

Nói xong, Thư cầu hắn đừng hỏi Tennie, lằng nhằng, rằng Thư đi chơi những đâu. Thư nhảy lên xe buýt thành phố, đi thăm vườn lan. Thơ thẩn giữa những hoa lá ngay hàng thẳng lối, Thư cảm thấy dễ chịu, lòng nhẹ nhàng. Nghĩ thầm, khi nào vợ chồng con về Việt Nam sẽ ghé Singapore một vài ngày. Lẩn thẩn, không biết chồng Thư có thích không khí tĩnh lặng của vườn lan chăng. Hay đi phố, để anh coi máy móc. Nghe người ta nói đồ điện tử ở đây đi trước thị trường Âu Châu xa. Còn cu Tí, ráng sắp xếp dắt cu Tí đi vườn bách thú ban đêm.

Buổi chiều, Thư gọi về Đức, háo hức:

- Sao, hôm qua ăn sinh nhật vui không anh?

- Ừ, đông lắm. Anh chị mời quá trời bạn bè. Nói hồi hết chuyện, anh về sớm. Nghe đâu mấy người ngồi đấu láo tới nửa đêm.

Thư về lại Đức hôm trước, hôm sau chị Tiên gọi điện thoại, giọng bí mật:

- Cuối tuần ni ghé tao chơi đi.

- Chắc chưa được đâu, em đi cả 10 ngày, lu bu quá. Thư uể oải.

- Mi đang một mình đó hả? Chị nhỏ giọng.

- Dạ, có chi không?

- Nếu được, hai vợ chồng mi thu xếp xuống tao, cho đám bạn gặp.

Chị hạ giọng thêm:

- Tụi nó thấy chỉ có hai cha con đi ăn sinh nhật. Rồi lại về sớm, tụi nó đồn rùm lên là là...- Chị gần như thều thào. Tụi bây bỏ nhau rồi, mi đi mất đất.

- Ui trời đất ơi! Ai nói giỡn chi độc địa vậy! Thư thảng thốt.

- Đâu có giỡn. Họ đoán già, đoán non, xầm xì miết. Hôm kia vợ chồng anh Minh chịu hết nổi, gọi qua tao. Hỏi, sao tao không khuyên giải, nói phải trái với tụi bây đi. Chớ như vậy tội nghiệp cu Tí quá. Tao nói chi thì nói, chẳng ai tin cả! Chỉ có nước tụi bây tới, cho họ biết là không có chuyện gì cả.

- Kệ họ chớ. Kỳ cục thiệt. Ai đâu sao mà xấu mồm. Thư xẵng giọng.

- Tùy ý mi.

Giọng chị giận dỗi. Có lẽ vì Thư không xem tin chị báo là nghiêm trọng.

- Nói cho mi biết như vậy thôi. Chớ không, ít bữa lại trách, sao tao nghe, mà giấu.

- Dạ, tối nay, tụi em bàn với nhau. - Thư ngao ngán.

Cuối tuần đó, vợ chồng con Thư kéo nhau "ra mắt" mấy họ. Trước mặt bá quan văn võ, vợ chồng Thư như hai "nghệ sĩ ưu tú|", má tựa vai kề, xuất sắc diễn tuồng, "Sự gì *Standesamt* (Sở hộ tịch) đã kết hợp, loài người không được phân ly."

Có lẽ vợ chồng Thư giỏi sắm vai, nên được nhờ đứng ra đại diện nhà trai trong một đám cưới xập xình, rình rang. Số là, một người quen sơ, một thanh niên đơn thương độc mã xứ người. Cậu ngỏ lời cầu hôn, nàng và cả ba thế hệ của gia đình nàng đều đồng ý. Có điều, họ yêu cầu cậu phải tìm người đại diện cha mẹ, nhất là trong tiệc cưới trước ba làng, bảy xóm. Cậu chẳng có cô dì chú bác ở gần. Bố mẹ cô dâu nằng nặc đòi cho được một cặp đủ đào, đủ kép, xuôi chèo mát mái. Cậu gõ cửa nhà vợ chồng Thư, trao thiệp hồng, trăm sự nhờ vợ chồng Thư đứng ra thay mặt phụ mẫu của cậu trong ngày thành hôn. Thư ngại quá, chỉ quen biết hời hợt, hơn cậu năm ba tuổi, chẳng hề biết cha mẹ cậu là ai. Cậu năn nỉ:

- Anh chị chịu khó giúp em đi. Em đề nghị mấy cặp. Nhưng nhà gái nhất định nhờ anh chị.

Chồng Thư xiêu lòng:

- Tụi này sẽ cố gắng.

Đến "ngày vui", chồng Thư diện bộ đồ *vest* mầu sậm. Thư điệu áo dài gấm, đài các chính hiệu... mẹ chồng. Trên sân khấu, chữ song hỉ đỏ loét, chói chang phía sau, bầy rồng phượng bằng giấy phất pha phất phới, đèn tứ phương, tám hướng chiếu vào đôi uyên ương và "anh chị sui gia". Chồng Thư trịnh trọng mấy lời với quan khách. Thư vờ cúi đầu để nhắc bài cho chồng, theo như "diễn văn" gia đình nhà gái đã soạn sẵn. Anh thợ chụp hình đeo máy, sửa đèn lăng xăng:

- Chị ơi, làm ơn ngước mặt lên để chụp hình.

Thư phải vâng lời đạo diễn, chỉ hy vọng chồng Thư bài vở trót lọt.

- Chà, bà sui coi cũng sáng nước cản đó chớ.

Anh phó nhòm bấm lia lịa. Đang đứng giữa "trung tâm vũ trụ", Thư không dám phì cười. Anh chàng này coi bộ không theo dõi những tiến bộ của khoa học kỹ thuật về những đồ phụ tùng xe hơi. Ngày xưa, khi đi ngắm nghé xe hơi, người mua ưa nhìn kỹ cản xe. Thấy cản móp méo, biết xe có dĩ vãng nhiều giông tố. Ngày nay, cản xe bằng loại nhựa đặc biệt. Ủi cột đèn, tông vách tường, tài xế chỉ cần ngó trước ngó sau, không ai thấy, thì biến luôn. Kẻo bị bắt, phải bồi thường, sửa những bất động sản bị hư hại. Còn xe, lau chùi sơ sịa, bóng loáng, đem chưng nơi thị tứ, thiếu gì kẻ qua, người lại để mắt. Nước cản còn sáng, đâu có dè động cơ bị chấn động với những hậu quả bất ngờ.

Rồi cũng xong, nhà trai, nhà gái vui vẻ cả làng. Người ta cám ơn vợ chồng Thư rối rít. Thư mong đôi trẻ ngày nào cũng vui như ngày hôm nay. Sẽ loan phụng hoà minh ít nhất vài chục năm. Kẻo không, người ta lại tìm vợ chồng Thư mắng vốn, rằng không nhẹ vía, mát tay.

***

Châu và Thư lần quần trong tiệm sách cả tiếng đồng hồ. Vừa lựa sách, Thư vừa tính xem đem được bao nhiêu về Đức. Thư với lấy cuốn *Không & Sắc* và cuốn *Phật Giáo* trên kệ sách thảy vào giỏ sắt. Châu tròn mắt:

- Gì đó mày? Bộ tính đi tu hả?

- Ừ, mày có quen chùa nào không? Nghe nói mày bây giờ thế lực lắm. Thư tỉnh bơ.

- Giỡn thiệt mày? Trong chùa không có tiểu thuyết tầm xàm bá láp. Không có máy hát cho mày nghe lão ca sĩ ruột của mày rao giảng kinh tình yêu đâu.

- Thì kiếm ông hoà thượng bất giới nào đó, ổng kể chuyện, ông hát cho nghe. Thư cà tửng.

- Giận đời, giận người gì mà đòi xuống tóc vầy nè. Châu quay hẳn nhìn Thư. Nói chơi thôi, bộ có gì buồn hả Thư? Thôi, mua bây nhiêu sách đủ rồi. Tao dẫn mày đi ăn. Tao mới khám phá ra tiệm ăn bánh khọt ngon ác liệt lắm.

Thư tức cười, coi bộ bắt thóp nhỏ bạn được rồi. Hễ thèm ăn, thì giả bộ rầu rầu, là có tiểu yến, đại yến. Thư vờ xụ mặt:

- Cám ơn mày. Bộ, mày tưởng ăn no căng diều là biến buồn thành vui sao.

- Tao dẫn mày lên Lý Thái Tổ coi cây với cá kiểng nhen. Rồi tối mình đi uống cà phê nghe nhạc. Châu thành thật.

Thư như mở cờ trong bụng, tưởng mình là Bao Tự, õng à, õng ẹo làm nũng. Thư muốn diễn tiếp màn kịch, xem thử nhỏ bạn dám "chơi bạo" như vua chúa ngày xưa chăng. Nhìn vẻ lo lắng của bạn, Thư thấy mình… ác, nên vạch miệng đến mang tai:

- Thôi, giỡn nhiêu đó đủ rồi. Tao đang reo vang reo, ca vang ca, sức mấy mà buồn. Mặc kệ đám lòng bong rối rắm, tao rất… hùng cường, mai lệ huyền. Ghẹo mày chút cho vui. Thấy mấy cuốn sách này, nghĩ, chắc Ba tao thích. Chớ tao, chưa cần tới đâu. Tao còn phải tham sân si giữa cuộc đời trần tục này vài chục năm, đặng còn trả dứt nợ nhà cửa. Cô Lan ngày xưa sung sướng thiệt, giận Điệp, đùng đùng xách túi chạy lên chùa.

Đám bạn Thư nhận thấy "sự cố kỹ thuật" trong đợt về quê này của vợ chồng Thư. Tiễn mẹ con Thư ra phi trường Tân Sơn Nhất, Ngân lúc lắc tay Thư:

- Chiện đâu còn đó. Mày yên tâm. Ổng dzìa đây, tụi tao tới ba đầu sáu tay lận mà. Tụi tao ngồi trụ đây chờ ổng. Ổng ra khỏi máy bay, tụi tao ốp ổng liền, săn sóc tới nơi tới chốn, đừng hòng quậy.

- Ấy, ấy, xem nào, em Thư sao lại mày hoa ủ dột thế này. Tươi lên chứ. Hồng sửa sửa tóc của Thư.

- Nó buồn, tại sắp xa quê hương, nhớ tụi mình đó mà. Châu làm trò.

Đầu óc Thư đang đầy những mối lo lẩm cà lẩm cẩm, có tên lẫn không tên. Đã vậy, tâm trí Thư cứ líu ríu quanh những giả thuyết về những lý do chồng Thư sẽ đưa ra, khi có ai hỏi sao lại về Việt Nam, lúc vợ con đã rời nơi đây. Các anh em của chồng Thư ai nấy đã thành gia thất. Đâu có lý do về dự đám cưới của người nhà. Bà con cũng chẳng thấy ai bắn tiếng có giỗ chạp. Chính Thư cũng mù mờ về lý do chuyến đi của chồng Thư. Thư đã buồn, khi anh tỏ ý không muốn về Việt Nam cùng gia đình Thư để dự đám cưới cậu em. Thư lại buốt lòng hơn, khi anh gợi ý, rằng Thư nên sáng tác một lý do chính đáng về sự vắng mặt của Thư trong dịp trọng đại này của gia đình. Thư đau sững người, khi anh trả lời, nếu Thư đi không có anh, anh sẽ đi không có Thư. Có lẽ anh chỉ muốn chứng tỏ cho Thư biết: quân tử nhất ngôn.

Ba đứa bạn thi nhau trổ tài cố vấn hôn nhân, trọng tài, thám tử, phóng viên chiến trường... Điện thư tường thuật tại chỗ bay tới tấp như bươm bướm. "Mặt trận miền tây vẫn yên tĩnh. Ảnh ngoan lắm." "Bu thằng cu Tí ơi, rờ- tút lại nhé. Chuẩn bị đón phu quân tung cánh chim tìm về tổ ấm" ... Cứ đà này, ba con bạn Thư nhấp nhổm đi hốt hụi non, gom tiền cho Thư đi thẩm mỹ viện đặng nâng cấp điện nước. Thư rên thầm, bạn ơi là bạn, bè ơi là bè. Tưởng đâu cái bịnh lanh chanh chỉ có ở nữ sinh trung học. Dè đâu, mấy nữ quái trung niên cũng lâm trọng bịnh như vầy. Thư tiếc không có *webcam*, cho tụi nó thấy mặt Thư đang sầm xuống, nặng chình chịch, tối om om. Thư dở giọng dao búa cảnh cáo, "Đứa nào còn viết *email* lằng nhằng về đề tài này, tao bảo máy cấm cửa địa chỉ đứa đó!" Khổ quá! Tụi nó làm như Thư đang ngậm cam thảo luyện giọng, để cao giọng véo von *Tại em không nói, hay tại anh không biết/ Mà tình ta tan vỡ theo thời gian* . Có chăng, nếu hát, Thư chỉ dám khàn khàn bắt chước ông ca sĩ nhạc *rock*, tóc tai lỉa chỉa như trái chôm chôm, rằng, *I don't wanna talk about it...*

Đứa lo mời chồng Thư đi ăn bánh xèo. Rồi tình cờ, ghé qua tiệm sách, đứng thật lâu bên tấm tranh thư pháp, ra dấu chồng Thư mang tấm tranh đến quầy trả tiền: *Nên chăng, thú nhận điều này/ Anh không thể sống một ngày vắng em.* Thư nhíu mày, trán nhăn chằng chịt như trán Einstein. Tính theo phép toán này, anh chết queo từ đời tám hoánh rồi, vì vắng em đến đến mấy chục lần của một ngày lận mà. Nhỏ bạn Thư gà cho chàng câu thơ coi bộ hơi lạc quẻ.

Đứa khác rủ chồng Thư đi ăn chè. Rồi kè anh đến đường Hồ Tùng Mậu, đạo diễn cho anh mua dĩa của một nam ca sĩ trẻ đang rất ăn khách tại Việt Nam... *Như xa xôi nay quay về gần gũi/ Yêu em, vì chỉ biết đó là em...* Chả là hôm trước, Thư viết thư, kể, đã nghe ca sĩ đó hát bài *Em Đã Thấy Mùa Xuân Chưa?* Xao xuyến bồi hồi. Nghe một lèo mấy tiếng đồng hồ chỉ một bản nhạc. Sau đó, cứ lẩm nhẩm ca và có cảm tưởng hình như mình đang thấy mùa xuân. Thật ra, Thư hơi cường điệu, khi khen đĩa nhạc tụi bạn gởi tặng. Tưởng, chỉ để thăng hoa hạnh phúc người tặng. Vậy mà, tụi nó tưởng Thư tương tư ca sĩ.

Đứa thì lùng khắp chợ Bến Thành, khuân cả một thúng trâm cài lược dắt, rỉ tai chồng Thư, bảo làm quà cho "hiền thê". Để Thư hoa hoè lên sợi bạc sợi xanh, mà chúng nó vẫn lếu láo lý giải, bởi sớm yêu, nên tóc vội phai màu. Anh nhất nhất nghe lời "chỉ đạo", dù không thoải mái khi nhớ đến mấy rổ kẹp tóc của Thư đã không ngừng giành dân lấn đất phòng tắm ở nhà.

Nói chung, ông Tơ bà Nguyệt ngày xưa chăm chỉ xe tơ hồng, chắc không thể nào "nhiệt tình cách mạng" hơn mấy nhỏ bạn của Thư.

Trên đường từ phi trường về nhà, chồng Thư hớn hở:

- Anh tìm mua được cái đĩa này cho em, chắc chắn em sẽ thích.

Anh bấm lịch kịch, máy cứ báo *no disc*. Anh chặc lưỡi:

- Máy trong xe hơi nhạy quá, không đọc được các đĩa đốt.

Về đến nhà, anh vội vàng thử ngay. Thư đã quen dùng máy nên góp mẹo:

- Anh đừng bỏ vào máy Panasonic. Máy tốt, kén đĩa lắm. Anh thử bỏ qua máy Red Star.

Tiếng nhạc dạo mở đầu bản nhạc vang lên, đến nốt thứ ba Thư đã nhận ra giai điệu bài hát. Không phải vì Thư là thiên tài âm nhạc, với khả năng thẩm âm siêu việt. Mà, bởi Thư đã có thời kỳ mê tít nhạc phẩm này. Đã bao lần, Thư để dĩa nhạc vào máy, bấm bản số 10, bấm nút *repeat*. Cứ vậy, Thư ngồi rỉ rả viết thư cho bạn bè. Kể, đi dự đêm nhạc thính phòng, nghe chính nhạc sĩ trình bày nhiều tác phẩm của ông. Nhưng đối với Thư, bài hát này đúng là tuyệt chiêu của chàng... Có lần, Thư đang mơ màng... *mở cửa hồn em vào đó rong chơi, em có thấy tình anh ngát hương hoa.* Chồng Thư đi ngang qua:

- Ủa, sao bữa nay ảnh ca nhừa nhựa, nghe ớn ăn quá vậy.

- Không phải giọng Tuấn Ngọc. Thư mím môi, với tay tắt máy.

- Không phải thì thôi, có gì đâu. Người sao mà... *kein Sinn für Humor* (không có óc khôi hài) Giọng anh cụt hứng.

Đâu phải lâu lắc gì, mới năm ngoái đây thôi mà. Anh không hề nhớ Thư đã quấy rầy chồng con nhiều ngày với bài hát này. Ôi chao! Mấy con bạn khi mở lớp đào tạo đặc biệt cho chồng Thư về *gout* nhạc của Thư, mà không "tập huấn" tới nơi tới chốn. Nên bài ca hạnh phúc chồng Thư đang trình diễn đâm ra lạc điệu, lỗi cung. Thư tưởng như nghe tiếng thở dài của chính mình. Có lẽ anh phải gồng mình, như Thư trân người để cả hai chịu đựng được những ý thích khác biệt của nhau.

Anh hý hoáy mở cuộn giấy to, háo hức:

- Anh tính đi tìm lịch thư pháp cho em. Mà bây giờ sớm quá, chưa có nhiều để lựa. Anh nhờ Hồng viết thư pháp, dán vào lịch đó.

Anh trải tấm lịch ra. Thư liếc nhanh hàng chữ lả lướt trên giấy dó của Hồng, ... *thì em ơi đó là tình yêu chúng ta...*

Thư nhớ mấy hôm ở nhà Hồng thọ giáo thư pháp. Hồng lên giọng, xuống giọng:

- Đấy nhé, mày phải chờ cho tâm nó tịnh, mới phóng bút được. Cấm ăn to, nói lớn. Chớ xơi phụng chảo, bún giò. Cứ nghe đến chân là tránh cho xa.

- Kể cả chân tình luôn sao? - Thư thẽ thọt.

- Tất tần tật. Chân chính, chân phụ gì cũng làm tay run lẩy bẩy, chữ nghĩa như mèo quào, gà bới, chả ra thể thống gì sất, mang tiếng học trò của tao. Ối giời, chờ ngày mày ngoáy cho ra vài nét, không biết đến năm Dậu, năm Thìn. Đây, nghía đi, thích tấm nào tao thí cô hồn cho mày.

Hồng đưa tay khoát một vòng những tranh treo ngang, treo dọc đủ cỡ trong phòng khách. Gì đây, *Nếu ai bảo yêu nhau là đau khổ/ Xin một đời đau khổ để yêu nhau*. Hồng thao thao:

- Tác giả là ái nữ của một nhà văn nổi tiếng. Nàng xuất khẩu, diễn tả một cái sự rất chi là huề vốn, mà xem ra áp dụng được cho nhiều trường hợp. Ấy chết, mày không nên vận vào người mấy câu thơ đau dãy tê tê như cua kẹp thế này. Đấy, tao bảo nhé, cứ túm câu này về mà gối đầu giường. Ối giời, nghe này, *Nếu có điều gì vĩnh cửu được...* Nghe mát cả tim gan phèo phổi.

Hồng vừa kéo dài giọng Bắc, rất Bắc của nó, dù ngày bố mẹ Hồng di cư vào Nam, nàng chưa chào đời, vừa đưa tay gỡ tấm thư pháp. Thư chặn tay Hồng:

- Thôi, để đó cho mày.

Phải chi ông nhạc sĩ sáng tác bài hát này sơm sớm. Có lẽ, thuở đó Thư đã có lúc phơi phới *tựa đầu lên vai anh, em sẽ thấy mùa xuân về rất nhẹ...* Còn bây giờ thì... Thư sửa giọng tự nhiên:

- Ừ, mày có nhiều câu hay hay. Nhưng thôi, để tao về nhà, bày nghiên, bày bút, coi thử rồng phượng bay múa ra sao.

Nhìn chồng lăng xăng trình làng những món quà cho Thư, trong những nỗ lực cho- vừa- lòng- em, Thư tưởng như thấy hai vợ chồng đang rướn cổ hít lấy hơi thật dài, để cùng nhau nín thở qua sông. Người ta hay chúc tân lang, tân giai nhân một cách vô tâm: trăm năm hạnh phúc. Nhảm quá! Nhảm quá! Theo công thức này mà cọng trừ nhân chia, vợ chồng Thư còn quãng sông quá dài. Nhìn sang, chẳng thấy đâu bến bờ. Đâu đó, Thư nhớ loáng thoáng có đọc được một lời nhắn nhủ khả thi hơn: *Phu thê trót đã buộc ràng/ Thì xin nhẫn nại cưu mang vợ chồng.* ***

- Trích lời trong bài thơ
1978 ở Việt nam của thi sĩ Nguyễn Tất Nhiên
- Trích lời ca trong các nhạc phẩm:
Mãi Mãi Bên Em của nhạc sĩ Từ Công Phụng
Vì Đó Là Em của nhạc sĩ Diệu Hương
Em Đã Thấy Mùa Xuân Chưa? của nhạc sĩ Quốc Dũng
I Don't Wanna Talk About It covered by Rod Stewart
Tình Nghĩa Đôi Ta Chỉ Thế Thôi của nhạc sĩ Lam Phương
Tình Tự Mùa Xuân của nhạc sĩ Từ Công Phụng

THẦY TRÒ MỘT THUỞ
(Lớp 10B trường Trần Quốc Tuấn)

Mãi đến năm 2003, tôi mới về lại Quảng Ngãi, mặc dầu từ năm 1995, tôi đã nhiều lần đi làm việc hoặc nghỉ phép ở Việt Nam.

Tuổi mười sáu, tôi rời Quảng Ngãi. Những nặng nề của cuộc đổi đời đã không cho phép tôi vô tư, hồn nhiên trọn vẹn trong tuổi trăng tròn. Thuở ấy, tôi chưa có bồ. Nên bây giờ, tôi chẳng có cớ tìm lại những *con đường tình ta đi*. Trong thâm tâm, tôi không mong đợi nhiều trong chuyến về Quảng Ngãi. Tôi chỉ muốn nhìn lại ngôi nhà yêu dấu ngày xưa của gia đình, số 55 đường Quang Trung. Tất cả thay đổi không ngờ. Tưởng như người ta san bằng toàn thị xã, rồi xây cất lại.

Mấy chị em tôi ở khách sạn Thống Nhất, đường Quang Trung, ngoài trường Trần Quốc Tuấn, về hướng núi Bút. Bạn bè của chị Cẩm Thành, của Ngọc Hiền đến rất đông. Tôi chẳng có ai. Hầu hết bạn bè tôi đã tứ tán nhiều tỉnh miền Nam (Kim Trâm, Tuyết Dung, Thanh Hiền, Đạt, Lân, Như...) hoặc ở ngoại quốc (Hồng Thư, Minh Kha, Ngọc Anh, Lành, Liên Trang...). Tôi biết, rất nhiều bạn vẫn ở

Quảng Ngãi, nhưng tôi chẳng có địa chỉ. Tôi ngồi chơ vơ, lơ đãng nhìn quanh. Thấy anh Ninh, chồng chị Kim Lan, bạn chị Cẩm Thành cũng đang "ế độ", ngồi chầu rìa chờ vợ. Hai chị chắc còn líu lo vài tiếng đồng hồ nữa.

Tôi mon men lại gần, hỏi cầu may:

- Anh Ninh biết ai tên Minh Chiểu không?

- Anh biết tiệm tạp hóa Minh Chiểu. Anh chở Thúy đến đó, xem thử, phải là bạn không nghe.

Những đường phố dù thay đổi nhiều, nhưng vẫn chưa có vẻ nhộn nhịp của đêm đô thị. Đến một căn nhà mặt tiền khá rộng. Đứng ngoài cửa sắt, anh Ninh gọi:

- Có ai ở nhà không? Cô Ngọc Thúy tìm bạn là cô Minh Chiểu đây.

Có người ra mở cửa, rồi tiếng lao xao của người trên lầu đi xuống. Đúng là Minh Chiểu. Bất ngờ, vui ơi là vui. Tụi tôi mừng rỡ ôm chầm lấy nhau.

Minh Chiểu chở tôi đi thăm bạn bè. Đến nhà Vũ Khắc Thưởng, Thưởng đang trần trùng trục, nằm đong đưa trên võng.

- Ông Thưởng biết ai đây không?

Đèn đêm mờ mờ, Thưởng ngó ngó, rồi cười to:

- Con Thúy chớ ai đâu nề.

Minh Chiểu chở tôi qua nhà Đặng Ngọc Dũng. Dũng bây giờ làm chủ cửa tiệm bánh kẹo. Rời Quảng Ngãi, trong hành trang tôi có mấy lon mạch nha và bịch đường phèn, quà của Dũng.

Tôi hỏi thăm thầy Nguyễn Hữu Sơn, được biết, thầy vẫn còn đi dạy. Minh Chiểu thật mau mắn, liên lạc được thầy Sơn. Hôm sau, thầy Sơn và đám học trò: Minh Chiểu, Thùy Hương, Ngọc Thúy, Thưởng, Dũng, Cẩm, Bùi Viễn hẹn nhau ra tiệm ram. Thời trung học, giữa thầy và trò là khoảng cách nhất định. Bây giờ, ngồi lại với nhau, nói chuyện thân thiết như bạn bè trang lứa. Minh Chiểu còn quen gọi là thầy Sơn "Quỳnh". Thùy Hương vuốt vuốt má tôi:

- Con này, chắc mày lúc nào cũng vô- tư- lự, nên da mặt láng o.

Thầy Sơn phụ họa:

- Thiệt đó chớ. Thầy thấy em sao cũng như hồi còn học lớp 10.

Ai nấy xôn xao góp chuyện. Tính ra cũng gần 30 năm rồi. Trò nào cũng có mái ấm gia đình. Riêng Viễn vẫn độc thân. Thầy Sơn ngạc nhiên:

- Trời ơi! Viễn, em chưa chịu lập gia đình sao?

Viễn nhẩn nha:

- Bây giờ thầy ngạc nhiên thấy em còn một mình. Vài năm sau gặp lại, nếu em hết một mình, chắc thầy sẽ phải ngạc nhiên hơn nữa.

Thầy trò chuyện vãn thật vui. Thầy lúc ấy đã qua tuổi tri thiên mệnh. Đám học trò trung học đang bước vào tuổi trung niên. Người kể chuyện này, người góp chuyện kia. Thầy Sơn trích dẫn câu thơ, "Ai cũng có những phút ngoài chồng ngoài vợ. Đừng trách chi một chút xao lòng". Tôi không nhớ chính xác từng chữ. Nhưng cái ý "đừng trách chút xao lòng" đối với tôi thật nhân bản.

Trong thành tích biểu lớp 9, tôi giỏi hầu như tất cả môn học, trừ môn nữ công. Tôi chọn vào ban B (sau 1975: Văn và Anh Văn) như là một tình cờ. Mùa tựu trường niên khóa 75- 76, tôi chuẩn bị vào lớp 10, Trần Quốc Tuấn. Ở Quảng Ngãi, trường Nữ Trung Học là trường cấp II, Trần Quốc Tuấn là cấp III. Thời gian này, Ba tôi đã đi "học tập". Nhà sách đã đóng cửa, sau khi Mạ tôi "tự nguyện" nộp sách và biếu các dụng cụ văn phòng cho cơ quan địa phương. Toàn bộ sinh hoạt để thu nhập dồn vào quán café Uyên. Tôi không có nhiều thì giờ, tâm trí để nghĩ ngợi, chọn lựa ban vào trung học đệ nhị cấp. Tôi thường lui tới Phạm Ngọc Anh. Bấy giờ, Ngọc Anh dọn về ở nhà in Phước Thạnh, đường Quang Trung. Ngày trước, Ba tôi và bác Phạm Viết Chừ bạn bè với nhau. Thỉnh thoảng, Ba chở tụi tôi lên nhà bác Chừ ở đường Võ Tánh. Ngọc Anh nói là sẽ chọn ban B. Tôi nghĩ, theo luôn Ngọc Anh, cho có bạn. Thế là tôi thành học trò lớp 10B Trần Quốc Tuấn. Bàn đầu dãy bên phải của lớp có 5 đứa đóng đô. Tôi đầu bàn, Tuyết Dung cuối bàn, ở giữa có Ngọc Anh, Minh Chiểu, Minh Kha. Ngọc Anh ra vẻ người lớn, ít "quậy". Còn 4 đứa chúng tôi: Minh Chiểu, Minh Kha, Tuyết Dung, Ngọc Thúy, lau chau, phá làng, phá xóm. Môn học tụi tôi thích nhất là môn "giờ ra chơi". Bốn đứa quậy họp nhau lại, tự phong là Hạ Thiên Tứ Hữu.

Nhà không còn người giúp việc, mấy chị em tôi cùng Mạ lo toan mọi việc. Tôi ít thì giờ ngủ. Bởi vậy, khi vào lớp, tôi hay "ngủ bù". Tôi vờ gục đầu xuống bàn, ngủ ngon lành. Thầy, cô giáo hỏi, nhờ nhỏ bạn bên cạnh nói: "Nó bị nhức đầu". Thầy Công dạy Lý, hỏi: "Sao giờ nào của thầy nó cũng nhức đầu vậy?" Thầy nhấc đầu con học trò lên, mới thấy cái mặt con nhỏ ngái ngủ. Khối lớp 10 đi đào kênh ở

La Hà, bên này lớp 10B, bên kia lớp 10C1. Không biết vì lẽ gì, khi thầy Công trên đường qua 10B, bên phía 10C1 hò "thầy Kê Dông". Thầy quay trở lại phía 10C1, bên 10B lại đồng ca "thầy Kê Dông". Kiểu phá phách như vầy chắc học trò qua mặt cả quỷ ma luôn.

Thầy Gia dạy Hóa, thầy giảng bài không nhìn vào chúng tôi, mà nhìn vào điểm nào đó trên trần nhà. Thầy Kỳ dạy văn, có cung cách của nhà tu. Cô Vân Nghê dạy Sử Địa. Tôi thấy tên của cô hay quá, nhớ mãi. Sau này, Diệp Phước Lân nhắc lại, cô Nghê nhận xét: "Trán dồ thông minh nhưng mà... xấu". Lân hỏi tôi: "Còn buồn, còn giận gì cô không?" Tôi hoàn toàn không hề nhớ đến kỷ niệm "sầu" này. Lúc tuổi trăng tròn, mình đang tung tăng *Em ước mơ em đẹp như trăng rằm tươi tắn*, mà cô giáo nói chữ "nhưng mà", thì chắc từ *tuổi mộng mơ* chuyển thành *tuổi biết buồn* ngay. Té ra, trí nhớ tôi đôi khi cũng khôn ghê. Điều gì buồn buồn là quên phắt luôn.

Thầy Nguyễn Hữu Sơn là giáo viên chủ nhiệm lớp 10B chúng tôi. Thầy rất trẻ, có lẽ thầy vừa tuổi hai lăm. Thầy sửa sửa gọng kính cận gọng màu đồi mồi ra vẻ nghiêm trang, nhưng nụ cười hiền khô, dễ thương hết sức. Thầy gầy nhom, chắc cũng do thiếu ăn như đám học trò chúng tôi. Tuy vậy, nề nếp cũ, "đói cho sạch, rách cho thơm" thuở ấy vẫn còn hiện hữu, thầy đến lớp luôn với tóc tai gọn gàng, áo quần chỉnh tề. Thầy lỏng khỏng trong đôi giày hơi quá rộng. Sau này, khi xem phim *Thời Đại Tân Kỳ*, thấy Charlie Chaplin đi những bước lật đật trong đôi giày quá khổ, tôi liên tưởng đến thầy Sơn. Lòng tôi ngậm ngùi. Thuở nghèo khó cùng cực, có lẽ thầy đã phải vô cùng chật vật, cắt giảm nhiều khoản chi tiêu khác, để giữ được trang phục tươm tất của nhà giáo. Có khi, thầy giả đò "giác ngộ cách mạng", mang đôi dép râu. Coi thảm quá chừng.

Nhiều năm qua, mỗi khi nhắc chuyện ngày xưa, Tuyết Dung có thể kể vanh vách đầy đủ ngọn ngành của những giai thoại lớp 10B.

Chị Thủy là người miền Bắc duy nhất trong lớp 10B, chị từ lớp 10A3 chuyển qua. Có lần thầy Sơn gọi chị Thủy lên bảng. Mấy chục cặp mắt phóng lên những tia nhìn nghịch ngợm, mấy chục cái miệng xì xào: trò vừa cao, vừa to, vừa già hơn thầy. Thầy Sơn bối rối, nhìn xuống đám học trò, nhìn lên bảng, cầm cây bút xoay xoay trong tay, không biết xử trí thế nào cho êm.

Lần khác, cả lớp đang lắng tai nghe thầy giảng bài, bỗng cuối lớp rổn rảng câu hỏi *What do you want?* Bốn mươi mấy cái đầu cùng quay về hướng phát ra câu hỏi ấy, thủ phạm là Phước. Đám học trò cười ầm. Thầy Sơn nghiêm mặt, bực bội chọi viên phấn lên bảng. Viên phấn bay ngược lại trúng đầu Tuyết Dung. "Hoàng tử Sơn Quỳnh gieo cầu trúng công chúa Tuyết Dung". Tiếng ồm ồm phát ra từ cuối lớp, phát ngôn viên là Vũ Khắc Thưởng. Cả lớp một phen cười nghiêng ngả. Tuyết Dung mắc cỡ, mặt đỏ bừng. Thầy Sơn vùng vằng, ôm sổ lên văn phòng. Cả lớp lao nhao mừng rỡ, được nghỉ học bất ngờ.

Học trò chúng tôi ưa đồn thổi nhiều chuyện tức cười. Chàng nào tình cờ bị bắt gặp ngó nàng nào lâu hơn 5 giây, là coi như có ý định "cua" nàng. Bởi vậy, có hàng giây tin đồn: Đặng Hoài Tịnh để ý Ngọc Thuý; Đảo ngắm nghé Minh Kha; Tấn Lộc rấp ranh Tuyết Dung. Thiệt ra, trong nhóm bốn đứa, chỉ Minh Chiểu đã có bồ, là Cư nhà Nguyễn

Thảo. Ba đứa còn lại thì ngố như... ngỗng đực. Khi lớp đi lao động ở Mỹ Khê, chúng tôi nghịch ngợm bịa ra câu vè, ghép tên các "nghi can": đi Tịnh Khê, có dân Cư đông Đảo, được hưởng phước Lộc thọ...

Thầy Sơn thấy tụi tôi còn nhỏ, sợ yêu đương sớm, xao nhãng việc học, thầy hay gọi họp riêng, hỏi thăm, khuyên răn chúng tôi. Thầy như người anh lớn, thương và lo lắng chu đáo cho chúng tôi. Trước khi lên đường đào kênh Thạch Nham thầy gọi Hồng Thư: "Em ghi tên hết các bạn nữ... à à à đang bị à à à...". "Dạ, mấy bạn "chia động từ *to be*". Chữ của đám nữ sinh chúng tôi, chứ không phải của thầy. Nữ sinh nào "bận" chia động từ, thầy cho phép đến trễ một chút. Thế là nhóm Hạ Thiên Tứ Hữu chúng tôi ghi danh cùng "bận". Minh Chiểu bày mưu tính kế, bốn đứa đi bộ vô Cống kiểu, rồi đi xe Lam đến kênh Thạch Nham. Đến Cống Kiểu, Minh Kha bàn, mình chịu khó đi bộ, để dành tiền ăn chè. Bốn đứa đến nơi phờ phạc. Mọi người đã bắt tay vào việc từ lâu. Cả nhóm bị kêu lên trước lớp "kiểm điểm". Đứa nào, đứa nấy mặt mày buồn xo.

Ngoài những kỷ niệm chung với lớp, tôi còn giữ nhiều kỷ niệm đẹp, riêng của tôi với thầy Sơn. Trong niên học, thầy đã rất thương và bảo bọc tôi. Là giáo viên chủ nhiệm, thầy phải dạy thêm môn chính trị. Vào giờ đó, tôi phản đối bằng cách lấy báo *Tuổi Ngọc* ra đọc lén dưới bàn. Thầy gần như năn nỉ:

- Em làm như vậy sẽ rầy rà hết sức cho em. Thầy không thể bao che cho em được hoài.

Trên đường đi đắp đập đào kênh, tôi thấy Ba đang trong đoàn cải tạo lầm lũi dọc đường ruộng. Cha một bên, con một bên, khiêng đá, khiêng đất. Tôi tấm tức khóc, mắt đỏ hoe. Thầy Sơn ái ngại, cất nhắc cho tôi ở nhà phụ bếp, khỏi ra đào kênh, khỏi phải đau lòng thấy Ba lao động.

Khi nhà của chúng tôi bị tịch thu, Mạ tôi được người quen cho bán cà phê, chè trong quán ăn ở cây xăng. Thêm một tai ương giáng xuống đời sống gia đình chúng tôi. Thầy Sơn tìm đến thăm, nâng đỡ tinh thần tôi.

Tôi rời Quảng Ngãi vào Sài Gòn. Bốn đứa chúng tôi vẫn thư từ cho nhau và tường thuật những "sự kiện lịch sử" của lớp.

Nghe Minh Kha kể, thầy rầy la mấy bạn có bồ bịch dữ lắm. Lúc đó, ở Sài Gòn, tôi cũng có bồ. Nghe thầy rầy bạn, tôi cũng "nhột" theo. Tôi viết thư thăm thầy, và biện hộ rằng: "Con tim có lý lẽ riêng của nó. Hồi nào nó biết yêu, để nó yêu, chớ đâu có biểu lý trí ngăn cản nó được". Không biết hồi đó đọc thư tôi, thầy có tức cười, thấy học trò của thầy bày đặt triết lý vụn.

Mùa hè tôi về Quảng Ngãi thăm gia đình, được tin thầy đang nằm ở bệnh viện. Đám bạn dẫn tôi đi thăm thầy. Đi loanh quanh trong bệnh viện khá lâu mới tìm ra phòng thầy. Vừa thấy thầy, chúng tôi chạy lại, kêu to: "Thầy, thầy." Lúc ấy, quá xúc động, tôi quên hẳn khoảng cách ước lệ thường tình, "thầy trò thọ thọ bất thân". Tôi nắm bàn tay thầy trong đôi tay mình. "Thầy, thầy bớt bệnh chưa thầy?" Chúng tôi đưa mắt nhìn nhau, nhìn thầy. Thầy nằm như dán sát xuống giường. Thầy vốn đã ốm yếu. Giờ mặt mày nhợt nhạt, da dẻ xanh xao, còm cõi, chỉ còn da bọc xương. Chúng tôi rưng rưng nước mắt, buồn thiu. Thầy Sơn cảm động lắm. "Không sao đâu các em! Thầy khoẻ hơn nhiều, thầy sẽ bình phục nhanh mà... Thầy cảm ơn các em...". "Thưa thầy em về." Chúng tôi líu ríu rời phòng thầy. Ra khỏi cổng bệnh viện, chúng tôi đúng là con trẻ, ăn chưa no, lo chưa tới, giòn cười, tươi khóc. Chúng tôi chạy u đến trường Hùng Vương, chén mỗi đứa một ly chè chuối.

Cách đây mấy năm, các bạn 10B1 ở Sài Gòn báo tin nhau, thầy Sơn bị bệnh, phải giải phẫu bỏ một con mắt. Chi phí bệnh viện rất cao. Bạn bè chúng tôi kêu gọi nhau đóng góp. Tôi gọi điện thoại về thăm thầy. Thầy vui mừng, báo tin đã bình phục. Vẫn là giọng nói chân chất, dễ thương: "Con Thúy đó nê. Nhớ chớ sao không. Tụi bây hồi đó nghịch lắm. Nhưng được cái đứa nào cũng giỏi. Em à, nghe mấy em thành đạt thầy mừng lắm. Cám ơn em, thầy khỏe nhiều rồi..."

Năm 2015, tập truyện *Bông Hoa Trên Phím* của tôi xuất bản ở Việt Nam. Tôi gởi Tuyết Dung một số sách, bàn với Tuyết Dung, kêu gọi các bạn "mua" ủng hộ, chúng tôi "lén" gọi là quỹ hỗ trợ thầy Sơn. Tôi được biết, không chỉ các bạn của lớp 10B ủng hộ, còn có những bạn khác lớp, khác trường cũng đóng góp.

Thỉnh thoảng, các bạn cùng lớp báo tin, thầy Sơn lúc này sức khỏe tạm ổn.

Đôi lần lang thang trong *internet*, tôi thấy thầy có sân nhà trong *Facebook*. Tôi mừng. Không chừng, thầy sinh hoạt trong FB còn đều đặn hơn tôi. Tôi năm bữa nửa tháng mới đáo qua, nên tin tức đôi khi lỗi thời.

Tối nay, thật bất ngờ, tôi nhận tin thầy Nguyễn Hữu Sơn qua đời. Thầy ra đi trong niềm tiếc thương của gia đình, họ hàng và của nhiều học trò.

Bao kỷ niệm thời lớp 10 trường Trần Quốc Tuấn, của hơn 40 năm trước, bỗng sống động. Một năm ở trường Trần Quốc Tuấn là khoảng đời nhiều biến động trong cuộc sống gia đình tôi. Khoảng đời này để lại nhiều kỷ niệm khó quên trong ký ức của tôi. Thầy Nguyễn Hữu Sơn, giáo viên dạy Anh Văn, thầy không chỉ dạy chữ, mà thầy còn che chở, quan tâm dìu dắt cho chúng tôi, với tâm niệm mong chúng tôi nên người.

Thầy Sơn kính yêu, nơi đây, cách xa Quảng Ngãi vạn dặm, em xin đốt nén nhang, nguyện cầu hương linh thầy sớm tiêu diêu miền vĩnh phúc.

31.01.2018

Vào Thu - Tranh Hoàng Thanh Tâm

DỌN NHÀ, DỌN LÒNG

Chị rời Việt Nam khi tuổi vừa ngoài đôi mươi. Trong chuyến dọn nhà vượt đại dương gần mười ngàn cây số, hành trang của gia đình chị lỏng chỏng mấy cuốn *Album*, một số sách vở, vài món quà mỹ nghệ, dăm ba chiếc áo dài, hai cây đàn *guitar* chung của mấy chị em và cây đàn tranh của chị. Sau mười ngày ở trại chuyển tiếp, gia đình chị dọn về nhà riêng. Mấy tháng sau, chị xuôi Nam theo khóa học Đức ngữ, ở một thành phố nhỏ có con sông hiền hòa chảy ngang. Hết khóa Đức ngữ, chị ngược lên miền Bắc, ở ký túc xá, làm học trò trung học. Rồi chị về miền Trung, vui vầy đèn sách đại học Frankfurt. Cứ vậy, chị tung hoành, ngang dọc khắp nước Đức. Hơn ba mươi năm ở nơi gọi là quê hương thứ hai này, số lần dọn nhà của chị đã lên đến gần chục rưỡi. Tính chị ưa đầu cơ tích trữ những mặt hàng mua không ai bán, mà cho chẳng ai lấy. Mỗi trạm dừng, chị gom đây một chút, nhặt kia một tí. Cho nên, kiến tha lâu, đầy tràn tổ. Bởi thế, mỗi lần chị dọn nhà là lỉnh cà, lỉnh kỉnh, túi này, thùng nọ. "Kho báu" của chị ngồn ngộn những sách vở, báo chí. Những hộp xếp đầy thư từ, thiệp tết, thiệp sinh nhật, bưu thiếp du lịch, các tập thơ, tập nhạc chép tay. Những sản phẩm thủ công chị tỉ mỉ làm lấy hoặc quà của người khác. Món nào chị cũng thương, cũng nâng niu. Bên giường ngủ, chị trưng chiếc giỏ tre, trong đó quây quần mấy con thú nhồi bông be bé. Con Monchichi mặt mày láu lỉnh, chị mua con khỉ bé tẹo ở chợ trời lúc mới qua Đức. Con chuột màu vàng, chị làm quà cho chồng đã lâu. Chị quý nhất con hải cẩu len màu đen và con voi nỉ màu xám, những "tác phẩm nghệ thuật" của đứa con, khi thằng bé ở tiểu học. Lâu lâu, chồng chị khuân "sở thú" ra ban-công, lấy chổi lông gà đập nhè nhẹ. Nhìn lớp bụi mỏng bay vòng vòng, anh nói bâng quơ:

- Mấy thứ bụi này mới gây bịnh dữ a. Toàn là *Bakterien*, vi trùng trỏng không hà.

Chị vội vàng binh vực "sở thú":

- Chút xíu bụi đâu sao anh! Cơ thể mình phải tập quen chút bụi bẩn. Chớ lúc nào cũng sạch bóng, hệ thống "phòng thủ" của mình sẽ yếu dần đi.

Năm cuối tiểu học, đứa con tập cưa gỗ, làm con chim đại bàng. Có hai sợi dây cột vào cánh, giựt sợi dây, hai cánh chim phe phẩy như thể chim đang bay. Thằng bé hớn hở tặng Ba Mẹ món quà nó rất ưng ý. Hai vợ chồng trầm trồ, con mình khéo tay quá chừng. Chị treo con chim bên cửa sổ của phòng con. Bạn bè đến chơi, chị hãnh diện khoe tác phẩm của quý tử. Khi đứa con vào đại học, sống xa nhà, vợ chồng chị dùng phòng con như phòng làm việc, để hẳn hai cái *computer* trong phòng. Nhưng chị không thay đổi trang trí. Con đại bàng vẫn bên cạnh cửa sổ. Lần nọ, trở về sau chuyến đi làm xa, chị vào phòng làm việc, thấy cửa sổ văng vắng, thiêu thiếu cái gì. Giây sau, chị hiểu ra, con chim gỗ đã "bay" đi chỗ khác. Chị hốt hoảng, hỏi chồng. Anh thản nhiên:

- Bụi bặm năm bảy lớp, thấy ghê quá. Anh lau sạch sẽ, cất dưới nhà kho rồi.

Chị không dám xuống nhà kho tìm. Sợ tìm không ra, mình sẽ buồn, sẽ cằn nhằn. Rồi không khí sẽ nặng nề. Chị nghĩ, tốt hơn, cứ hy vọng, con chim gỗ vẫn đâu đó trong những thùng, những tủ dưới hầm.

***

Chị biết "chân tài" của mình, ca không hay, đàn nghe cũng dở. Thế mà, chị lại rất mê nhạc cụ. Chị sắm nhiều loại nhạc cụ, mặc dầu chị chỉ biết chơi mỗi tây ban cầm. Số chị được bay nhảy nhiều nơi. Đi làm ở đâu, nhất là các nước châu Á, châu Phi, có giờ rảnh, chị nhờ đồng nghiệp sở tại dắt đi dạo lòng vòng thành phố, tìm những món quà lưu niệm, thường là các nhạc cụ: ống sáo tre gỗ, trống, lục lạc, đàn bầu... Nhiều lần, anh đùa: "Nếu em cứ đà thu gom quà lưu niệm sau mỗi chuyến công tác, có lúc em phải quyết định, hoặc là em, hoặc là quà phải ở ngoài cửa, vì nhà đã hết chỗ."

Đi làm ở Việt Nam, chị thấy đàn T'rưng, loại nhạc cụ gõ phổ biến của người dân tộc ở vùng Tây Nguyên. Chị định mua, nhưng loay hoay nhiều việc, quên khuấy. Một người bạn đồng nghiệp nghỉ phép, du lịch đến Việt Nam. Hỏi chị thích quà gì từ quê nhà không. Chị tình thật, bảo thích đàn T'rưng. Chị nghĩ đến cái đàn nhỏ cho trẻ con để trang trí trên bàn. Chị dò tìm trong *internet*, chỉ cho người bạn hình của đàn. Người bạn dành cho chị ngạc nhiên lớn. Anh ta đem giao món quà, không phải là hộp nho nhỏ bằng tập vở mà là một thùng giấy bìa to tướng. Chị băn khoăn, e là anh ta không hiểu ý, mua nhầm món khác. Khi mở quà, mới hay, đấy là đàn T'rưng thật, cao cả mét. Chị khệ nệ ôm gói quà về nhà, ríu rít kể chuyện. Thấy chị hí hửng, anh vui lây. Hai vợ chồng tíu tít xem tờ chỉ dẫn, phụ nhau ráp đàn. Nhìn quanh nhà cân nhắc, chỉ còn một góc trong phòng làm việc là "đắc địa". Đúng ra, theo truyền thống, đàn chỉ được chơi trên nương rẫy, kiêng cữ đánh trong nhà. Ôi, nhưng đó là chuyện hồi xửa, hồi xưa. Lâu lâu chị dừng trước đàn, dùng hai cây dùi tre gõ tong tong *Kìa con bướm vàng, xòe đôi cánh* hoặc *Trông kìa con voi, nó đứng rung rinh...* Chị vui, vui quá thể. Nhà chị thuộc loại be bé, xinh xinh. Cho nên, cây đàn có vẻ bị dồn ép, khép nép nơi góc phòng. Chị nghĩ, nếu đàn hiểu, chị sẽ nói thế này: "Nhà ta chật, nhưng lòng ta rộng. Đàn đừng hờn trách ta nhé." Đôi lúc, đi ngang vướng phải đàn, anh bực bội: "Đồ đạc tùm lum, tà la."

Về nhà, sau một tuần đi công tác, lòng chị rộn lên niềm vui. Ư ử câu hát chợt đến trong đầu... *Another airplane/ another sunny place/ I'm lucky I know but I wanna go home* chị quên đi nỗi nhọc mệt của chuyến bay dài hơn 10 tiếng đồng hồ. Chị kéo va- li vào phòng. Ủa, hình như phòng rộng ra thì phải. Ô, cây đàn T'rưng! Góc phòng trống trơn. Chị muốn chạy đến trước mặt anh, gào thật to: "Tại sao? Tại sao?" Nhưng tiếng nói thầm, đầy thất vọng vang lên trong trí chị: "Chẳng ích gì! Cây đàn giờ đã nằm rúm ró đâu đó trong thùng rác rồi." Chị ngồi phịch xuống ghế, nhìn chằm chằm vào góc phòng. Cơn buồn giận kéo đến, người chị rũ ra. Không lẽ chị tìm gặp sếp, cho biết, mình không muốn đi làm xa nhà, vì sợ, trong thời gian vắng mặt, chồng vứt bỏ đồ đạc của mình.

***

Số của chị "đỏ bạc" lắm. Chị tự nguyện xin đổi việc, chứ chủ hãng có năn nỉ, cầu cạnh chị đầu quân vào hãng của họ đâu. Thế mà, trước khi vợ chồng chị dọn nhà xuyên tiểu bang từ München đi Berlin, phòng nhân sự gởi cho chị lá thư ngăn ngắn, báo tin, cho mấy ngàn EUR, gọi là phụ giúp trang trải chi phí dọn nhà. Anh bàn: "Đồ đạc mình ít, anh tự dọn, tiết kiệm được nhiều. Dư tiền ra, để lo việc khác. Bàn, ghế, tủ, máy giặt, nhà bếp, tất tất đều để lại cho người ta. Mình chỉ cần xe vận tải nhỏ, là được."

Mấy chục năm trước, khi chị rời Việt Nam, đám bạn nghèo của chị, vay mượn làng trên, xóm dưới, đủ tiền tương đương với hai chỉ vàng, mua tặng chị cây đàn tranh, gởi gắm chút tình Việt, mong ấm lòng chị ở trời Âu. Chị không biết chơi đàn tranh và ý định tập đàn tranh hãy còn mơ hồ lắm. Nhưng ở đâu, bất kể nhà mướn hay nhà mua, chị trân trọng treo đàn tranh bên cạnh những nhạc cụ khác. Mỗi lần vô nhà mới, chị quan sát mấy vách tường, lựa chỗ đất lành cho... đàn đậu. Chị ơi ới, anh vui vẻ sẵn sàng búa đinh. Anh đùa, anh làm thiên lôi, sai đâu, đóng đó.

Chị đóng gói dọn nhà ra dáng chuyên nghiệp lắm. Chị lập bảng *excel*, ghi nội dung các thùng đồ đạc, đánh số rõ ràng. Đàn *guitar* chị đã cõng theo, khi đi xe lửa lên Berlin. Đàn tranh, chị bỏ vào thùng, dùng khăn chận các góc cho êm đàn, ghi số 1. Mấy chục thùng đồ chị ghi số, và dán tờ danh sách nội dung mỗi thùng. Rất tiện. Anh chỉ cần lo giải quyết kho hàng của anh. Anh gật gù. Vậy là tạm ổn. Bạn của anh sẽ phụ dọn nhà. Thời đại tân kỳ, anh quay phim diễn tiến công việc, quay hình chiếc xe anh mướn, đống đồ đạc đã được xếp gọn gàng trong xe. Chị yên tâm. Khi đồ đạc dọn vào nhà mới, chị thấy thiếu thùng số 1. Anh giảng giải:

- Còn dư vài món đồ, anh sợ nhét chật quá, đàn bị hư, bể. Anh gởi tạm nhà anh Khiêm.

Chị cảm kích:

- Anh Khiêm thiệt tốt bụng. Anh đã bỏ thì giờ phụ dọn nhà, lại còn chịu chứa giúp đồ đạc. Mai mốt thong thả, mình xuống München thăm anh ấy, rồi rước cây đàn về.

Chiều cuối tuần, chị gọi điện thoại hỏi thăm anh Khiêm, cám ơn anh giúp dọn nhà và cho gởi đồ đạc. Anh Khiêm vui vẻ:

- Sẵn dịp giúp anh chị dọn nhà, tui đi Berlin chơi một chuyến cho biết. Một công, hai chuyện luôn. Chị đừng ngại.

- Dạ, anh còn chịu khó giữ giùm đàn tranh.

Anh Khiêm ngạc nhiên:

- Đàn tranh gì chị? Hôm chất đồ đạc, xe hết chỗ. Anh Tư đưa tui cặp loa, nói, tui thích thì xài. Mà tui đâu có máy hát, nên không cần. Bữa nào anh chị về đây chơi, anh lấy lại dùng, chứ tui để không ở đây, cũng uổng.

Chị chưng hửng, chuyển đề tài, hỏi vu vơ vài câu về công ăn, việc làm của anh Khiêm. Mong có dịp ghé München thăm anh. Gác điện thoại, chị quay qua anh:

- Anh Khiêm không biết gì về đàn tranh cả anh à.

Mặt anh thoáng chút bối rối, rồi anh xẵng giọng:

- Đó là chuyện của mình. Tại sao lại kéo anh Khiêm vào đây!

Chị không giấu nổi ngạc nhiên:

- Ủa, sao bữa trước anh nói là gởi đàn tranh nơi nhà anh Khiêm?

Anh như mất kiên nhẫn:

- Anh Khiêm đã trả lời không có, là không có. Sao em cứ thắc mắc hoài vậy? Chấm dứt *Thema* này được chưa?

Anh đùng đùng ra khỏi phòng. Chị ngồi lặng một hồi. Đàn tranh không thể bốc hơi biến mất. Nhưng nếu chị đem đề tài này ra "thảo luận" với anh lần nữa, chắc chắn lửa giận của anh sẽ bốc lên ngùn ngụt. Bạn bè chị bây giờ rất khá giả. Nếu chị ngỏ ý, các bạn dư sức mua vài cây đàn tranh tặng chị. Nhưng thôi, chị nên giữ cây đàn tranh trong trí nhớ. Như vậy an toàn hơn.

***

Tốt nghiệp đại học, chị nhận việc làm mãi tận cực nam của nước Đức. Gia đình chị "dắt díu" hơn 500 cây số tìm đất sống. Chị xuống đi làm trước, chuẩn bị nơi ăn chốn ở cho vợ chồng con. Vì đang giữa niên học, anh ở lại chờ đứa con xong lớp Một. Chị đáp xe lửa, đi đi, về về mỗi tuần. Sáu tháng sau, gia đình chị mới thực sự dọn hẳn đến München. Chủ hãng của chị, một ngân hàng có hạng của nước Đức, rất phóng khoáng, hào hiệp với nhân viên. Ngân hàng bảo chị kêu thợ chuyên nghiệp đến dọn nhà, hãng thanh toán toàn bộ chi phí. Hai vợ chồng chị là hàn nho bao nhiêu năm. Đồ đạc chẳng có gì ngoài giàn máy hát *cassette*, cái ti- vi của anh, những thùng tranh ảnh, đồ đạc trang trí, những thùng sách của chị, những thùng đồ chơi của đứa con, và một số va- li áo quần. Bàn ghế giường tủ lọc cọc, cũ kỹ. Cho, chả ai thèm rớ. Sẵn dịp dọn nhà, vứt luôn. Mặc dầu vậy, hãng dọn nhà "đánh hơi" mối sộp. Họ phái chiếc xe vận tải to tướng và bốn ông vai u, thịt bắp đến. Tưởng là dọn đồ đạc của *vi- la,* ai ngờ, chỉ gọn gàng mấy cái *va- li* và thùng giấy. Cuối tuần về thăm nhà, chị tự tay đóng gói các đồ đạc quý giá hay đúng hơn vô giá đối với chị. Thùng đựng các sản phẩm mỹ nghệ, chị ghi tiếng Đức thật to *"ZERBRECHLICH!"*, DỄ VỠ để thợ khuân vác nhẹ tay. Chị dán nhãn "QUAN TRỌNG" lên các thùng đựng hình ảnh, kẹp bìa giấy tờ hồ sơ, những cuốn "nhật ký đời tôi", thư từ của hai vợ chồng. Chị bàn với anh, những thùng này, anh xem như "vật bất ly thân", sẽ cho đi theo xe nhà. Anh trấn an chị, đây là công việc đầu tiên trong cuộc đời đi làm, chị nên toàn tâm, toàn trí "xây đắp sự nghiệp". Chuyện dọn nhà để anh lo liệu. Lúc ấy, giữa tuần, chị ở München. Bởi thế, chuyện hướng dẫn thợ chất đồ đạc lên xe, chị giao khoán cho chồng sắp xếp.

Mấy năm trời, từ lúc anh chị quen nhau, người đàng đông, người đàng tây. Anh ở với mẹ, chị ở nội trú đi học, cách nhau mấy trăm cây số. Đám cưới xong, chị trở về trường theo lớp 12, 13 cho xong trung học Đức. Những năm thập niên 80, gọi điện thoại rất đắt tiền, chỉ gọi, khi cần thiết, nói năng gọn lẹ như điện tín. Vài ba tuần, anh thu xếp thăm chị ở trường. Ngày nào chị cũng hí hoáy viết thư cho chồng. Chị túc tắc đi bộ ra bưu điện, gởi những lá thư nặng ký, những trang giấy kín mít chữ với chữ. Chị nhờ người sang cuốn *cassette "Những nhạc phẩm đoạt Giải Ca Khúc Âu Châu, Eurovision Song Contest trong thập niên 70"*. Chị lộng tấm hình hai vợ chồng vào hộp *cassette*, nắn nót viết *"thiếp xa chàng hái dâu quên giỏ/ chàng xa thiếp cắt cỏ quên liềm"* như tựa đề của cuốn băng nhạc. Chị muốn mượn đôi câu trong bài hát, thủ thỉ với anh:"... *Wishing- wells/ Wedding bells/ Early morning dew/ All kinds of everything remind me of you"*. Chị ước chi có anh bên cạnh, chị sẽ thầm thì đủ để hai đứa nghe... *Summertime/ Wintertime/*

Spring and autumn too/Seasons will never change/ The way that I love you. Thỉnh thoảng anh viết đôi dòng gởi chị. Anh viết chữ đẹp, nét chữ đều đặn. Nhìn phong bì với nét chữ của anh viết tên mình, chị rộn ràng, sung sướng. Anh không chép thơ, không trích nhạc. Anh bắt đầu thư bằng "Em yêu", vắn tắt tường thuật những sinh hoạt quanh anh. Vậy đó, cũng đủ cho chị ra ngẩn, vào ngơ. Chị đọc đi, đọc lại lá thư, mỗi sáng trước khi đi học. Chị kẹp lá thư vào tập vở, giờ ra chơi đọc thêm lần nữa, trước khi chạy ào ra sân kháo chuyện với bạn bè. Tối ngủ, chị không chỉ có vài cuốn sách gối đầu giường, mà lá thư của anh cũng vừa tầm tay để chị đọc, trước khi tắt đèn ngủ. Khỏi phải độc thoại, chị mừng lắm, chứ đâu dám mơ ước anh sẽ viết nhiều thư.

Chị rời nhà trường, về nhà chồng, chấm dứt thời gian *Quân tại Tương Giang đầu/ Thiếp tại Tương Giang vĩ*. Anh chất đầy mấy hộc tủ những xấp thư của chị gởi anh. Chị gom tất cả thư của anh, của chị, xếp ngay ngắn vào một thùng giấy. Lâu lâu, chị bê thùng thư để trên bàn học, nhẹ nhàng, chăm chút mở những tờ thư cũ say mê đọc. Ôi chao! Biết bao là thương yêu, nhung nhớ.

Toàn bộ tài sản của gia đình chị được chất ngay ngắn, khiêm tốn trong phòng khách nhà mới. Vợ chồng con cùng nhau xếp đặt tổ ấm. Anh loay hoay bắt ti- vi và máy hát. Đứa con lăng xăng bày biện những con khủng long lên kệ. Phần chị, sau khi xếp áo quần vào tủ, đồ đạc nhà bếp yên vị đâu vào đó, chị bắt tay săm soi "tư trang" của mình, những thùng đồ đạc được "đặc quyền" đi theo chồng con trong xe nhà. Dọn dẹp tạm xong, chưa thấy thùng thư của hai vợ chồng. Chị nói với anh, để chị xuống xe đem lên. Anh bảo:

- Dưới xe không còn gì nữa. Anh đã khuân tất cả lên đây rồi.

Chị kỹ càng xem xét lại những thùng đồ đạc. Vẫn không tìm thấy. Chị quýnh quáng, gọi anh cùng lục tung các thùng, tìm lần nữa. Vẫn không có. Nước mắt chị bắt đầu rưng rưng:

- Anh coi có còn sót đâu dưới xe mình không?

Anh nóng nảy:

- Đã nói là không mà. Em muốn, thì cứ coi trong xe lần nữa đi.

Chị chạy vội xuống xe, hy vọng anh nhét thùng thư dưới ghế. Chị xem từng ngõ ngách của xe. Không còn gì cả. Như vậy thùng thư ở đâu? Trong đầu chị lùng bùng nhiều giả thuyết. Anh đã chở về nhà mới, lấy ra khỏi xe, nhưng quên mang vào nhà? Hàng xóm ngỡ rác, bỏ vào thùng chăng. Với chút hy vọng mong manh, chị vào khu chứa các *container* giấy cũ. Không thấy. Hay là anh để sót lại ở nhà cũ? Chị trở vào nhà. Anh vẫn đang bận rộn với máy móc. Chị cố giữ giọng tự nhiên:

- Anh à, em gọi ông chủ nhà cũ nhe. Nhờ ông coi giùm có sót thùng giấy đựng thư không.

Anh gạt phắt:

- Đừng gọi! Mất công. Trước khi giao trả chìa khóa cho ông, anh và ông đã đi khắp các phòng để ông kiểm soát. Nếu sót gì, hai người sẽ thấy chứ!

Chị nghèn nghẹn:

- Như vậy thì thùng thư mất đi đâu?

Anh chăm chú vào mớ dây điện, nói cho xong:

- Để ít bữa rảnh, anh tìm cho. Bây giờ mình còn bao nhiêu chuyện quan trọng phải làm.

Anh chẳng trông thấy chị nước mắt giọt ngắn, giọt dài, lặng lẽ ra khỏi phòng. "Ít bữa" anh nói đó chẳng bao giờ đến. Khối thư tình của đôi ta biệt tăm. Chị buồn ảo não, chị tiếc thẫn thờ. Tưởng tượng những tờ thư xanh, thư hồng, chạy thẳng vào máy nghiền để làm giấy tái sinh, chị thương, chị xót quá đỗi. Chị tỉ tê với nhỏ bạn thân:

- Mày coi đó, kho thư tình đó là chứng cớ hùng hồn rằng đã có một thời tao yêu anh ấy. Chứ không, nhiều khi tao có cảm tưởng... đi bên cạnh cuộc đời.

Nhỏ bạn bỗng dưng ra vẻ người lớn, dịu giọng khuyên nhủ:

- Thôi mày ơi. Đừng nói vậy, mà tan nát lòng nhau. Lúc dọn nhà, lu bu lắm mày à. Ổng không cố ý đâu.

Nhỏ bạn thở dài đánh sượt:

- Ui, phải chi ổng làm mất cái túi xách Gucci, Chanel gì đó. Ổng chỉ việc cong đuôi đi cày kiếm tiền đền.

Chị cắt ngang:

- Ơ cái con này. Đời tao có bao giờ sắm bao bì cục-chì, cục-sắt, hay sà-neo sà-niếc gì đâu.

Nhỏ bạn vội vàng:

- Tao biết, tao biết. Vì vậy mà khổ cho ổng. Mày quý những điều hổng ai thèm. Ngặt một nỗi, mấy thứ đó mua không được!

****

Năm, bảy năm nữa, chị sẽ về hưu, về vườn đuổi gà cho... mình. Công việc của chị bây giờ lui vào "hậu phương". Không còn những chuyến đi làm khắp năm châu, bốn bể nữa. Sau nhiều năm tha phương cầu thực, chị dọn về một tỉnh nhỏ yên bình miền trung Đức. Nhà ở quê, chỗ chèn mênh mông. Chị tha hồ bày biện. Chị dành hẳn một phòng lớn trên lầu để trưng dọn gia sản của mình, vừa rộng rãi, vừa khỏi phiền hà chồng. Sách vở ngay hàng thẳng lối mấy kệ gỗ. Bầy thú xúm xít nhau trên các bệ cửa sổ. Đám nhạc cụ thoải mái chiếm góc phòng. Nhìn những món quà thủ công, chị nhớ con chim gỗ. Ngắm những nhạc cụ, chị tiếc cây đàn tranh, đàn T'rưng. Có khi giữa ngày, có lúc nửa đêm, chị thương rưng rức những tờ thư đã mất. Những lá thư ấy, nếu còn đây, hẳn sẽ là trời xanh, mây hồng hâm ấm lại tình cảm của vợ chồng chị.

****

Chị gặp cô bạn hàng xóm đang lui cui khuân đồ đạc. Cô trỏ mấy bức tranh trong thùng xe:

- Dì tôi tặng tôi đó. Dì dọn vào nhà cho người cao niên *Seniorenresidenz*. Nhiều đồ đạc dì gắn bó lắm, mà đâu có đem theo hết được. Dì còn muốn tặng tôi cây đàn dương cầm. Tôi đành chịu. Nhà tôi chật chội quá rồi. Thật ra, nếu dì bán rẻ, có người mua ngay. Nhưng dì thương đàn quá. Dì hy vọng, cho tôi, dì còn cơ hội được thấy đàn.

Cô chép miệng:

- Tội nghiệp dì. Dì nhờ tôi giúp giải quyết toàn bộ đồ đạc trong nhà dì. Nhiều việc lắm, chứ không đơn giản đâu.

Tôi lo chuyện này cho dì, cũng là dịp tôi chuẩn bị cho mình mai kia. *Nicht wahr?* Phải vậy không?

Chị gật đầu:

- Chính xác. Tôi hoàn toàn đồng ý.

Chị biết, không phải chị nói vuốt đuôi, cho qua chuyện với cô bạn hàng xóm. Mà đấy là câu trả lời thực lòng của chị. Chị tưởng tượng tình cảnh của mình hai mươi năm tới. Giải quyết mớ tài sản lằng nhằng của chị quả là thiên nan, vạn nan chứ chẳng chơi.

Ô, phải rồi. Những lần dọn nhà, vô tình, chồng chị đã giúp chị từng bước, buông bỏ những đồ vật mình yêu thích. Mai kia, khi dọn vào nhà cao niên, chị đỡ phải bận tâm. Dọn nhà, dọn lòng gọn ghẽ, coi vậy, mà được việc quá chừng!

Tháng Chín 2020

Nghĩa tiếng Việt của chữ tiếng Đức trong bài:
Thema: đề tài

Trích lời ca trong các nhạc phẩm
All Kinds of Everything by Derry Lindsay & Jackie Smith
Home by Blake Shelton

Xuân - Tranh Hoàng Thanh Tâm

CON ĐƯỜNG MÙA XUÂN

Diệu nhận điện thư của Loan với tựa đề: "Tin giựt gân". Tính Loan vẫn vậy, luôn nổi đình, nổi đám. Diệu như nghe Loan liến thoắng: "Mi biết hôm qua tao gặp ai ngoài phố không? Bà Liên Diệp! Chị con Liên Hương. Tao mừng quá trời. Tao hỏi thăm con Liên Hương. Mi biết nó ở đâu không?" Những câu hỏi ào ào của Loan làm Diệu muốn ngộp thở. "Nó ở bên Đức đó! Gần chục năm rồi. Mi tệ thiệt!" Trời đất! Loan làm như Diệu phải biết tất cả mấy chục ngàn người Việt cư ngụ tại xứ này. "Nó ở cùng xứ với mi bao nhiêu lâu, mà mi chẳng biết gì hết trơn". Loan dài dài thêm vài dòng mắng xéo, mắng xiên, rồi mới ghi số điện thoại của Liên Hương với tối hậu thư: "Mi phải tìm cách gặp con Liên Hương gấp. Nếu không, tao nghỉ chơi mi." Diệu đành lẩm nhẩm với máy: "Ừ, biết rồi, làm ngay".

***

Diệu vào trường Marie Curie sau 1975, chơi chung với Liên Hương và Loan từ lớp 10 cho đến xong trung học. Cả ba không phải cư dân thứ thiệt của Hòn Ngọc Viễn Đông, mà quê quán ở mãi tận *miền quê hương thùy dương/ nước chảy còn vương bao niềm thương.* Gia đình Loan "di cư" đầu thập niên 70. Liên Hương và Diệu có chung "lịch sử", cùng chạy loạn năm 75. Loan coi như mất gốc, chỉ hiểu, chứ không nói giọng Huế. Diệu trở thành người trầm lặng, vì sợ người ta chọc ghẹo giọng "ngoài nớ" của mình. Liên Hương thuộc dạng "đa hệ", có năng khiếu "ngoại ngữ", nói giọng Bắc Trung Nam, đâu ra đó, hết sức duyên dáng. Liên Hương lúc nào cũng tự tin, bặt thiệp nắm đầu "bộ ba trung kỳ". Loan và Diệu chăm chỉ cày bừa, học gạo, học tủ đủ kiểu. Liên Hương, ngược lại, rất tài tử, mà lúc nào bài vở cũng ngon lành. Loan, Diệu dần dần bớt đi mặc cảm nhà quê, nhờ nép dưới hào quang của Liên Hương. Lớp ban Văn và Anh Văn, âm thịnh dương suy. Hơn ba chục đứa con gái ngồi những bàn đầu, đùn mười đứa con trai xuống bàn chót.

Loan gọi mấy chị em Liên Hương là ao sen, có hoa, đài, lá, cành. Loan ghẹo: "Tại mi con gái út. Chớ không, em mi sẽ tên là Liên... Hột, tha hồ làm mứt, nấu chè." Liên Hương nhéo tay Loan tím bầm, trị tội suy diễn phi nghệ thuật, nặng tâm hồn ăn uống của Loan. Lần nọ, Châu, một trong số ít học trò đầm thứ thiệt còn lại của trường, có màn coi chỉ tay. Châu lật qua, lật lại tay Liên Hương, trầm ngâm:

- Bồ lận đận đường tình duyên dữ lắm đó.

Liên Hương cười khanh khách:

- Thiệt hả!

Loan chọt vào:

- Lận đận là phải, chớ năm bảy người theo nó. Chỉ mỗi chuyện suy nghĩ, thương chàng nào, cũng đủ nhức đầu rồi.

Quả thật, trong lá số tử vi của Liên Hương, sao đào hoa, hồng loan sáng ngời. Mấy anh chàng ngồi cuối lớp, có lẽ ai cũng đôi lần chép tên Liên Hương nhăng nhít trong tập vở. Mà đâu chỉ trong lớp Diệu, các chàng lớp C, lớp D cũng dập dìu trước cửa lớp B. Đôi ba bữa Liên Hương "bật mí" cho Loan, Diệu vài lá thơ tình. Có chàng còn mạn phép thi sĩ, sửa bài thơ nổi tiếng, *"anh sẽ về thương lại nhánh sông Hương, thương bóng hình người học bên B một, em nhớ giữ tính tình con gái Huế, vừa ngây thơ vừa duyên dáng ngoan hiền..."* Anh chàng lớp C, mặt mày sáng sủa, tướng tá cao ráo, chỉ một tội là dân Bắc... hai nút, cho nên cứ lẩn quẩn hoài ở vòng loại. Liên Hương rất khéo, dù không thích người ta, chẳng bao giờ tỏ thái độ làm phật lòng ai. Liên Hương rù rì trong nhóm: "Chữ em gái của Đoàn Chuẩn nồng nàn thắm thiết, nghe muốn nhũn cả tim, *tôi có người em gái tuổi chớm dâng hương...* Chứ, kiểu gọi em gái, vội vàng làm thân của các anh giai "Hà Lam Linh" ngủng ngoẳng quá chừng."

Xong trung học, ba đứa cùng thi vào Cao Đẳng Sư Phạm. Chỉ một mình Liên Hương thi đậu. Loan và Diệu chẳng có thì giờ, tâm trí để buồn vì chuyện đậu phải cành mềm. Không lâu sau, gia đình Loan vượt biên trót lọt. Thủ tục xuất cảnh sang Đức của gia đình Diệu hoàn tất quá nhanh. Diệu rời Việt Nam, không kịp từ giã Liên Hương. Cách đây mấy năm, Loan và Diệu tìm lại nhau, do Loan tình cờ gặp người anh họ của Diệu trong hội Tết. Nhưng cả hai mất hẳn liên lạc với Liên Hương.

***

Diệu nhìn đồng hồ, gần 11 giờ đêm, dù là đêm thứ Sáu, đã quá trễ. Gọi điện thoại giờ này là sự vạn bất đắc dĩ. Ngày mai thứ Bảy, Diệu sẽ gọi sớm, trước khi mọi người đổ xô đi chợ mua sắm cho cả tuần.

Diệu hồi hộp quay số. Có tiếng Hallo từ đầu dây bên kia. Diệu không tưởng tượng được chữ Hallo khô khan, cụt ngủn đó xuất phát từ miệng chúm chím thật dễ thương của Liên Hương. Diệu hít một hơi thật sâu:

- Liên Hương phải không? Diệu đây, lớp 12B1 Marie Curie đó.

- Trời ơi, Diệu hả. Thiệt không, thiệt không? Mi đang ở đâu đó?

Dẫu mừng rỡ, cả hai vẫn bỡ ngỡ, không biết bắt đầu câu chuyện từ đâu. Ngày xưa, vì tính nhút nhát, Diệu bị các bạn gắn thêm nhãn hiệu lù đù. Liên Hương hoạt bát, là xướng ngôn viên cho nhóm. Thế mà, giờ đây, lúc lúc Diệu phải phá tan sự im lặng bằng những câu hỏi chung chung. Giọng Huế vẫn trong trẻo, nhưng Liên Hương lúng túng trong mỗi câu trả lời. Diệu mơ hồ cảm thấy Liên Hương đã có những ngày tháng vô cùng buồn thảm. Gác điện thoại, Diệu còn bồi hồi. Dù rất nôn nóng gặp bạn, Diệu đành hẹn hai tuần nữa mới sắp xếp đến nhà Liên Hương. Định thần lại, Diệu mở bản đồ, tìm đường đến thành phố đó, cách nơi Diệu ở gần 150 cây số. Lúc Diệu hỏi đường, Liên Hương ngập ngừng:

- Hồi mô mi tới nhà ga chính của thành phố, tao sẽ chỉ tiếp đường cho mi, mà đường xe buýt chứ không phải đường xe hơi. Tao ít đi đâu, đường sá mù mờ lắm.

Liên Hương đọc địa chỉ, chầm chậm đánh vần tên đường:

- F, r, u có hai chấm ở trên... Frühlingsstr. Frühling là mùa xuân đó.

Liên Hương nhỏ nhẻ:

- Tao thức khuya lắm. Giờ mô mi gọi cũng được. Liên lạc lại được với mi, tao mừng lắm.

Vài ba tối, Diệu gọi điện thoại cho Liên Hương. Những lần sau, Liên Hương dần dà cởi mở hơn. Sau nhiều lần chuyện trò, Diệu từ từ có thể xếp một bức tranh ảm đạm từ những miếng *puzzles* rải rác đó đây.

***

Xong Cao Đẳng Sư Phạm, Liên Hương làm cô giáo Anh Văn ở trường cấp hai quận Năm, Sài Gòn. Nàng vừa đi dạy ở trường vừa kèm trẻ tại nhà. Khá bận rộn, nhưng về tài chánh không xác xơ, đói rách như những thầy cô giáo Văn, Sử, Địa. Chi tiêu chính trong gia đình đều trông chờ vào chị Liên Diệp từ Mỹ. Niềm hy vọng xuất ngoại theo đơn bảo lãnh của chị Liên Diệp như liều thuốc bổ cho mọi người trong nhà khỏe mạnh, phấn chấn. Liên Hương vui với những câu chuyện hình- như- là- tình- yêu, để thấy những hình- như- là- người - thương, và bạn bè dần dà ra đi. Đôi lúc nàng chạnh lòng, thấy tuổi mình, hâm tới hâm lui, không biết bao nhiêu bận, mà chưa có dịp thề non, hẹn biển với ai. Những tưởng tượng, mơ ước, khi đến Mỹ, sẽ đi học lại, sẽ thực hiện những hoài bão, những dự định cho công danh, sự nghiệp từ từ lắng xuống. Giữa mùa hè, tuy không đi dạy trường, giờ dạy tư của nàng vẫn kín thời khóa biểu. Do tình cờ lãng nhách, Liên Hương gặp Viện. Chị Vân, chị của Viện ở xeo xéo cách nhà Liên Hương mấy căn. Con hẻm bé tí, nên ai cũng quen nhau. Chị Vân kể, tính ra, ở ngoài Huế, hai gia đình chắc cũng gặp nhau đâu đó rồi. Dù là đồng hương, quan hệ của gia đình Liên Hương với gia đình chị Vân khá hời hợt. Vợ chồng chị Vân sống vương giả, vì toàn bộ gia đình lớn của chị ở nước ngoài. Đến bây giờ, nàng không hiểu tại sao mình nhận lời mời của chị Vân đến dự bữa cơm thân mật, mừng người em trai từ nước Đức về thăm nhà. Một số người ở ngoại quốc về, họ nói tiếng Việt ưa pha một số chữ của ngôn ngữ nơi họ sống. Buồn cười, nàng không nghĩ họ giỏi ngoại ngữ, mà chỉ nghĩ, tiếng Việt của họ dở thôi. Viện không có những biểu hiện "thời thượng" của Việt kiều mà nàng từng gặp. Viện không chêm một từ ngoại ngữ nào trong khi nói chuyện. Viện cũng không có kiểu chém to, kho mặn, không nói những câu đại khái "Ở bên đó thế này, thế kia..." Có lẽ vì vậy, Liên Hương có chút mỹ cảm dành cho Viện. Viện khen Liên Hương giỏi, khi biết nàng là cô giáo dạy tiếng Anh. Nàng chỉ nhẹ nhàng nói cám ơn. Lúc ấy, nàng không nghĩ đến chuyện xã giao, hỏi Viện làm nghề gì. Không khí buổi cơm tối chẳng để lại ấn tượng nào đặc biệt. Sau đó, chị Vân qua thăm gia đình Liên Hương. Lần này, chị Vân mời luôn cả ba me và ba chị em nàng đi ăn tối ở nhà hàng Ngự Bình. Hôm sau, ba me gọi nàng ra, nói rằng, chị Vân đại diện gia đình bên Đức, xin hỏi nàng cho Viện. Liên Hương không ngạc nhiên cũng chẳng mừng rỡ. Nàng băn khoăn, muốn chờ cùng cả nhà qua Mỹ theo đơn bảo lãnh của chị Liên Diệp. Ba me nói:

- Con gái có lúc, có thời. Chị con đã hết lòng lo. Mà bao năm rồi, đơn vẫn không động tĩnh chi hết. Ba me hết hy vọng rồi. Càng chờ, càng trễ tràng con à.

Ba me không hề ép. Nhưng Liên Hương có cảm tưởng, ba me sẽ rất lo buồn, nếu nàng đánh mất cơ hội này. Ngoài ra, có lẽ gốc gác "người cùng quê" và nét chân chỉ hạt bột của Viện làm ba me yên lòng, tìm được bến nước êm ả cho con gái. Nghĩ lại, Liên Hương giận mình hết sức. Nàng chẳng hề tự hỏi lòng mình, đo mức độ tình cảm của mình dành cho Viện. Nàng không tìm hiểu xem đời sống bên Đức ra sao. Bởi, nàng nghĩ, thời buổi này, ở đâu, chắc chắn cuộc sống sẽ bớt tăm tối hơn ở Việt Nam. Ai cũng bảo nàng may mắn. Viện trở về Đức. Thủ tục quá suôn sẻ. Không lâu sau, nàng đến Đức, ở một làng quê miền nam, cách xa thành phố München hơn trăm cây số. Hai tuần lễ đầu, Viện nghỉ làm, đưa nàng đi chơi lòng vòng, ngắm phố phường, mua sắm linh tinh ở siêu thị, thương xá. Ngày còn ở Việt Nam, nàng mơ, nếu có dịp đến Đức, sẽ đi thăm thành phố Bá Linh. Liên Hương hỏi, Viện bảo:

- Berlin xa lắm. Anh cũng chưa đến đó bao giờ.

Liên Hương thắc mắc, học tiếng Đức ở đâu. Viện ậm ừ:

- Thong thả rồi tính.

Buổi sáng, trước khi đi làm ở nhà hàng, Viện dặn dò vợ mọi điều. Ai bấm chuông, đừng mở cửa. Chỉ gọi điện thoại đến nhà hàng, nếu có chuyện khẩn cấp. Giờ giấc cơm nước của hai vợ chồng tùy theo giờ nghỉ của nhà hàng. Hai vợ chồng ăn trưa vào 3 giờ chiều và ăn tối vào 12 giờ khuya. Nhiều khi nàng muốn đi ra ngoài cho đỡ tù túng. Nhưng nhớ lời chồng căn dặn, nàng quanh quẩn trong căn nhà chật hẹp. Phải chi điều kiện bảo lãnh thân nhân vào nước Đức bắt buộc phải nói được ngôn ngữ của họ, thì nàng đã dự những khóa dạy Đức ngữ cấp tốc. Nàng lại ỷ y, nghĩ, mình biết tiếng Anh, học tiếng Đức ở nước Đức sẽ dễ dàng, nhanh chóng. Nàng muốn tận dụng thời gian trước khi xuất cảnh, cùng gia đình ra Huế, Đà Nẵng thăm họ hàng. Cho nên, đến Đức, mà một chữ tiếng Đức bẻ đôi cũng không biết. Anh của Viện có đưa cho nàng cuốn sách *"Deutsche Sprachlehre* für Ausländer"- "Tiếng Đức cho Người Ngoại Quốc". Nàng tập nhìn mặt chữ, tập viết. Có những chữ hơi giống tiếng Anh, nàng đoán được nghĩa. Nàng cặm cụi ghi chép. Rồi nàng mở ti- vi, cố gắng lắng nghe, chỉ hiểu lõm bõm vài ba chữ. Mấy tiếng đồng hồ ở nhà một mình đối với nàng như dài vô tận. Nàng hỏi ý chồng, muốn ra phụ việc nhà hàng. Viện đồng ý ngay. Tất cả nhân viên nhà hàng là người Việt. Tiếng Đức nàng học từ những người làm trong nhà hàng chỉ là những chữ một, đôi khi phát âm không đúng, nói xen kẽ trong khi chuyện trò bằng tiếng Việt.

Liên Hương thôi hỏi đến lớp Đức ngữ. Nàng lờ mờ hiểu rằng, Viện nói tiếng Đức rất quờ quạng. Các anh chị khác làm "bồi" vì tiếng Đức khá hơn. Viện làm trong bếp. Những giấy tờ, Viện đưa anh của Viện lo. Lúc đi bác sĩ, nàng tưởng mình như vừa câm, vừa điếc. Thấy chồng diễn tả mọi việc trúc trắc, nàng tội nghiệp cho cả hai. Những háo hức về đời sống ở ngoại quốc mau chóng nguội lạnh. Nàng thương nhớ gia đình ngút ngàn. Nàng cảm thấy cùng quẫn, một ngày mai mờ mịt. Nhưng sợ ba me lo buồn, nàng không dám kể lể cho gia đình biết. Nàng không tưởng tượng được, chỉ mới sau một thời gian ngắn, mà cuộc đời mình thay đổi đến như vậy. Ý tưởng manh nha xin Viện cho nàng trở về Việt Nam hoàn toàn bị dập tắt, khi ba me nàng báo tin nhà đã xong hồ sơ xuất cảnh, đang chờ vé máy bay. Nàng chán nản cùng cực. Dường như không có ngày nào nàng không sụt sùi. Giữa những sầu khổ, nàng bỗng vươn dậy khi biết mình mang thai. Anh của Viện không thể đưa nàng đi bác sĩ sản khoa. Chị của Viện thấy nàng chẳng đỡ đần công việc ở nhà hàng được bao nhiêu. Không những thế, mặt mày nàng lúc nào cũng dàu dàu, đứng xớ rớ trong bếp, vướng chân, vướng cẳng người khác. Sẵn dịp nghe nàng có bầu, chị bảo nàng ở nhà nghỉ ngơi. Tại phòng mạch, khi nói chuyện với y tá, Viện phải múa máy chân tay. Nàng vừa thương, vừa buồn. Nàng ngồi khép nép nơi phòng đợi, chờ đến phiên. Viện ra ngoài hút thuốc, cô người Đức ngồi bên cạnh, mở lời làm quen. Cô nói tiếng Anh với Liên Hương:

- Chị là Sabine. Có lẽ em chưa biết chị. Chị ở tầng trệt, cùng nhà các em. Vợ chồng em ở tầng ba phải không.

Liên Hương rụt rè:

- Dạ, phải. Chị cũng đến khám thai hả.

Chị cười vui vẻ:

- Không, chị khám tổng quát hàng năm.

Lúc đó, Viện đi vào. Chị nói đôi điều với Viện, rồi quay qua Liên Hương:

- Chồng em đồng ý rồi. Lát nữa, chị vào nói chuyện với bác sĩ cho em. Khám xong, chị chở em về nhà.

Thế là Liên Hương quen với người "ngoại quốc" đầu tiên, sau gần một năm ở Đức. Chị Sabine đưa cho nàng mấy cuốn sách, có cả cuốn tự điển Đức Anh – Anh Đức. Chị dịch và cắt nghĩa những tài liệu về dưỡng thai. Nàng cảm thấy thật vui, mỗi chiều, từ cửa sổ nhìn xuống thấy chị Sabine đi làm về, chạy xe vào bãi đậu sau nhà. Đôi khi, chị dắt nàng đi chợ mua sắm lặt vặt hoặc rủ nàng đi dạo trong công viên. Nàng kể cho Viện về chị. Ban đầu, Viện nghe lơ là, không có ý kiến gì. Khi nàng nói, chị Sabine đã hỏi chỗ học tiếng Đức cho nàng. Nếu Viện đồng ý, chị sẽ đưa nàng ghi tên nhập học.

Viện bỗng to tiếng:

- Em cứ chờ đi. Hồi nào sanh con xong hãy tính. Người Đức không tốt bụng như em nghĩ đâu. Anh không muốn em liên lạc với bà đó nữa.

Liên Hương ngạc nhiên:

- Chị ấy rất tử tế. Em có gì để cho chị ấy lợi dụng đâu mà sợ. Anh không muốn tốn tiền cho em đi học trường, thì em cố học với chị Sabine, chừng nào hay chừng đó.

Nước mắt Liên Hương chực trào ra.

- Anh nói rồi. Em còn nói chuyện với bà đó, là biết tay anh.

Liên Hương mím môi:

- Anh không muốn nộp tiền học, thì em ở nhà. Nhưng em vẫn giữ liên lạc với chị Sabine, đâu có tốn kém gì cho anh đâu.

Sau đó là chuỗi ngày u buồn, ngột ngạt. Con Bé ra đời cũng chẳng làm không khí gia đình nhẹ nhàng hơn. Nàng chới với khi Viện bảo nàng là phường vô ơn bạc nghĩa. Nàng quy ngã khi Viện bảo, tùy ý, hai mẹ con muốn đi đâu thì đi. Chị Sabine hết lòng giúp đỡ, vực nàng dậy. Chị Sabine hướng dẫn nàng đòi hỏi quyền lợi cho hai mẹ con khi ly thân. Nhưng Liên Hương đã quá ngao ngán, chỉ muốn chấm dứt hẳn với đoạn đời nghiệt ngã đó. Chị chiều lòng nàng, đưa nàng đi xin trợ cấp dành cho mẹ đơn thân và căn nhà của Sở Xã Hội. Chị Sabine cho số điện thoại, dặn, khi nào có vấn đề, gọi cho chị. Làng nhỏ, xa phố, có lẽ rất ít người Việt Nam lưu lạc đến đây. Một thời gian dài, chị Sabine là người thân, là chỗ dựa cho mẹ con nàng.

Sang Mỹ đoàn tụ với gia đình là một lối thoát cuối

cùng cho Liên Hương. Vừa có thẻ xanh, ba nàng nộp đơn bảo lãnh hai mẹ con. Ông qua đời trong khi đơn chờ xét duyệt. Vài tháng sau, me nàng cũng theo chân ông. Ước mơ sum họp gia đình ở Mỹ hoàn toàn tàn lụi. Nàng cảm thấy bơ vơ cùng cực. Trong một năm, chịu hai đại tang, nàng ngã bệnh. Con Bé là cái phao cho nàng ngoi lên trong những lúc muốn buông xuôi tất cả.

***

Diệu tìm đến thăm Liên Hương vào ngày trời âm u, lạnh ẩm ướt. Mẹ con Liên Hương ở trong căn hộ nhỏ. Hai đứa gặp nhau, mừng mừng, tủi tủi. Liên Hương gọi con bé ra chào dì Diệu, rồi bảo con vào phòng xem ti vi. Diệu len lén quan sát Liên Hương, cảm nhận nỗi bất an qua từng cử chỉ của bạn. Người thiếu phụ đang lúng ta, lúng túng pha trà dường như chẳng liên quan gì đến cô học trò xinh đẹp, tràn đầy sức sống thời Trung Học. Phải chi có Loan lúc này, trêu ghẹo, chọc phá, để Diệu tìm lại nét tinh nghịch, linh hoạt nơi bạn. Diệu thương bạn quá. Liên Hương cúi đầu:

- Mi coi, tao ở đây gần chục năm rồi, mà cứ ngơ ngơ, ngáo ngáo như người mới qua. Chừ tao đủ điều kiện xin vào quốc tịch Đức, mà nói năng như ri thì làm răng thi quốc tịch. Hồi con Bé còn nhỏ, biết gởi nó cho ai, mà đi học tiếng Đức. Bé lớn một chút, tao đi làm, chớ mặt mũi nào mà lãnh trợ cấp xã hội hoài.

Diệu cầm tay Liên Hương:

- Thôi, mi đừng nghĩ ngợi lung tung. Mi có năng khiếu ngoại ngữ. Nhớ hồi đó không, ai mà hơn được mi. Ít bữa đi học lại, có căn bản là nói… cũng như tao. - Diệu giỡn, cố cho Liên Hương vui lên một tí.

- Bé sắp sửa xong Tiểu Học rồi. Tao đi họp phụ huynh, nghe tiếng được, tiếng mất. Bé học có lẽ yếu. Tao biết chi mà chỉ vẽ nó.

Tiễn Diệu ra cửa, Liên Hương tần ngần:

- Tao biết mi bận rộn lắm. Khi nào rảnh, ghé tao nghe.

Liên Hương cố gắng đùa một cách khó khăn:

- Mi coi đó, tới tao là thấy muà xuân. Nhà ở Con Đường Mùa Xuân, thì có xuân quanh năm.

***

Loan háo hức, bắt Diệu phải tường thuật đầy đủ về buổi tái ngộ với Liên Hương. Diệu không biết nên kể cho Loan nghe những gì về nhỏ bạn xưa. Không, Diệu sẽ không nhắc đến ánh mắt hấp háy, thiếu tự tin, thừa mệt mỏi của Liên Hương. Diệu không biết nên tả chân dung người mẹ đơn thân như thế nào đây. Hay thôi, Diệu chỉ cần kể thật chi tiết cho Loan nghe rằng, khi nhắc thời đi học ở trường Marie Curie, sắc mặt của Liên Hương lóe lên niềm vui, giọng mơ màng:

- Mi nhớ anh chàng Bắc kỳ lớp C không? Tao gặp lại anh chàng bên Cao Đẳng. Anh chàng hết nói giọng Bắc, mà đổi sang giọng Nam. Có lần anh chàng mời tao đến dự sinh nhật. Chàng đàn hát, trông rất nghệ sĩ. *Hương, anh gọi tên em trong ngút ngàn nỗi nhớ...* Tao cảm động lắm. Nhưng lúc đó, tao chờ bảo lãnh qua Mỹ, nhất quyết không dây dưa chi mấy chuyện tình cảm.

Diệu định sẽ đến thăm Liên Hương đều hơn và thu xếp đưa mẹ con Diệu đi chơi loanh quanh vào cuối tuần. Chưa có dịp trở lại Liên Hương, Diệu đổi việc, dọn nhà xuyên tiểu bang. Lại càng xa Liên Hương. Diệu áy náy dữ lắm. Diệu gọi cho Liên Hương thường hơn. Qua giọng kể ngày càng thoải mái, tự nhiên của Liên Hương, Diệu biết thêm về những sinh hoạt của hai mẹ con. Hầu như trong mỗi lần nói chuyện, Liên Hương đều nhắc đến anh Thuận. "Anh Thuận mới bắt đèn neon. Bếp chừ sáng lắm, chứ không tù mù như hôm mi lại chơi đâu." "Anh Thuận dán giấy phòng cho con Bé, đúng ý nó, nó thích lắm". "Bé học tiến bộ, vì có anh Thuận tới kèm"... Qua giọng kể tươi tắn của Liên Hương, Diệu biết thêm về anh Thuận.

Ngày nọ, ông Lohn, ông sếp Liên Hương trong chỗ làm, thấy thông tin về chùa Việt Nam trong tờ báo địa phương. Ông đưa cho nàng tờ báo có địa chỉ của một chùa Phật Giáo, cách nhà nàng mấy chục cây số. Nàng mừng lắm. Chủ Nhật, hai mẹ con đi xe lửa lên chùa. Không gặp ai quen, nhưng nàng rất vui, được thấy người Việt, được nghe, được nói tiếng Việt. Một bác lớn tuổi hỏi chuyện nàng. Bác tỏ vẻ ái ngại: "Chà, hai mẹ con đi xe lửa cực dữ à. Bác đi nhờ xe cậu Thuận. Để chút nữa bác hỏi thử, có tiện đường thì xin cậu cho mẹ con cháu quá giang luôn". Thật may mắn, nhà của nàng trên đường về nhà anh Thuận. Từ đó, tuần nào anh Thuận đi chùa, anh ghé ngang đón hai mẹ con đi cùng. Anh Thuận goá vợ. Con trai anh đã ra riêng, đi làm. Anh đến chùa, ai cần gì, anh giúp nấy. Anh Thuận có mặt trong những lúc nàng gặp khó khăn. Từ chuyện nàng vào bệnh viện mổ ruột thừa đến chuyện chăm sóc đưa đón con Bé những khi nàng đau ốm. Liên Hương đã nghỉ làm ở siêu thị, đổi sang công việc dọn dẹp vệ sinh cho tiệm thuốc tây mỗi tối sau khi tiệm đóng cửa. Anh Thuận đã xin cho nàng theo học khóa Đức Ngữ, chuẩn bị thi vào quốc tịch.

Diệu mừng cho bạn và có cảm tình với anh Thuận. Hôm hai đứa đang nói chuyện trên điện thoại, anh Thuận đến. Liên Hương bảo Diệu:

- Ừ, mi nói chuyện với anh Thuận, làm quen nghe.

Tiếng anh Thuận chậm rãi:

- Chào chị Diệu. Tôi nghe Liên Hương nhắc nhiều đến chị.

Diệu khựng lại khi nghe giọng Bắc...75 của anh Thuận.

Liên Hương tâm sự:

- Hồi đầu, nghe giọng Bắc "hai nút" của anh Thuận, anh chị tao bên Mỹ lo lắng lắm. Nhưng khi biết anh Thuận hết lòng chăm sóc hai mẹ con, anh chị tao bây giờ cũng rất mến anh Thuận.

Diệu nhắc chuyện hồi xưa, Liên Hương cười khúc khích:

- Hồi nớ tao không ưa giọng Bắc. Nhưng chừ nghe hoài, thấy cũng dễ thương mi ơi.

Giọng Liên Hương rộn ràng:

- Tụi tao chọn ngày thứ Sáu ký giấy hôn thú ở sở Hộ Tịch. Sau đó, mình có bữa tiệc thân mật. Tụi tao chẳng có họ hàng chi ở đây, chỉ có mấy người bạn bên chùa.

Liên Hương reo lên:

- Ô, tao có mi đại diện bên nhà gái chứ. Mi cố gắng thu xếp xuống chơi với tao vài bữa nghe. À, mà ít bữa tao dọn nhà. Tao hết ở Frühlingsstraße - Con Đường Mùa Xuân rồi.

Diệu muốn ôm chầm lấy Liên Hương, chung niềm vui với bạn. Liên Hương ơi, cho dù mi không ở Con Đường Mùa Xuân nữa, mùa xuân đã trở lại trong tim mi rồi đó. Diệu sẽ kể cho Loan nghe về mùa xuân của Liên Hương. Chắc chắn Loan cũng như Diệu, cùng mừng bạn đã hết lận đận đường tình duyên. Hai đứa cùng cầu chúc mùa xuân sẽ chan hòa thêm nhiều tháng năm trên con đường trước mặt của Liên Hương.

Tháng Giêng 2021

Trích lời ca trong nhạc phẩm
Thương về miền Trung, nhạc sĩ Duy Khánh
Gởi người em gái, nhạc sĩ Đoàn Chuẩn - Từ Linh
Hương, nhạc sĩ Nhật Ngân, thơ Nguyễn Long

VẪN CHUYỆN CỐ NHÂN

Điện thoại reo sau mười giờ tối, khi nàng vừa ủi áo quần, vừa coi *Late Night Show*. Khuya như vậy, thường là mấy chị em trong nhà, gọi tán gẫu, kể chuyện trời trăng, mây nước. Nàng nhấc máy, vừa nói, vừa cười:

- Phủ tổng thống nghe đây.

Đầu dây bên kia, giọng nữ, ngập ngừng:

- *Hello,* cho nói chuyện với Định.

Không mảy may nghĩ đến chuyện hỏi danh tính người gọi, nàng máy móc:

- Chị chờ một chút.

Nàng ló vào phòng, đưa điện thoại cho chàng, đang ngồi nơi *computer.*

- Có điện thoại cho anh.

Nàng trở ra tiếp tục với bàn ủi và ti- vi. Tiếng chàng vọng ra từ phòng, rộn ràng, sống động:

- Chứ sao, có người đẹp chiếu cố là phải tiếp đón trọng thể... Nhằm nhò gì, việc này mất, tìm việc khác. Bạn xưa là quan trọng nhất. Yên tâm! Qua đây nhe, mình sẽ lo từ A đến Z mà.

Lát sau, khi mang điện thoại gác lại vào máy, chàng vắn tắt:

- Duyên bên Canada sẽ qua thăm tụi mình vào tháng Bảy.

Tai nàng đang nghe những câu chuyện thú vị, dí dỏm của anh phóng viên. Nghe thông tin của chàng, nàng dạ dạ. Cảm nhận như một sinh hoạt bình thường. Như kiểu cuối tuần này mình đi chợ mua thêm thùng bột giặt, mua vài két nước suối. Nhưng nàng đã lầm to. Đó chẳng phải thông tin của một ngày như mọi ngày. Mà là dấu hiệu giông bão sắp đến trong mùa hè của gia đình nàng.

Chiều hôm sau, "người lạ" lại gọi đến. Nàng vờ vịt, giọng lễ phép:

- Xin lỗi, ai đầu dây ạ?

- Định có nhà không? Giọng bên kia có vẻ bực bội.

- Có chuyện chi không chị?

Người ta trả lời câu hỏi của nàng bằng một câu hỏi, nàng cũng đáp lễ cho đúng điệu chứ. Nàng nghe như một hiệu lệnh:

- Tui muốn nói chuyện với Định.

- À, chồng tôi không có nhà.

Tự nhiên nàng muốn ghẹo cô ta:

- Tôi là vợ Định đây, chị có cần nhắn gì không?

- Bao giờ Định về?

Chà, ngoan cố dữ, chỉ thích dùng câu hỏi, nàng cũng bắt chước cho đạt tiêu chuẩn bên tám lạng, bên nửa cân:

- Chị cần gặp anh Định gấp lắm à?

- Nói ổng, tui sẽ gọi lại sau.

Nàng chưa kịp phản ứng, thì nghe tiếng o o báo hiệu đường dây đã dứt. Nàng nhớ trong tấm hình Duyên gởi cách đây mấy năm, trông cô nàng được lắm. Mà sao nói chuyện lựu đạn vậy ta. Chàng về đến nhà, nàng mắng vốn ngay:

- Cô Duyên mới gọi nữa. Vẫn nhất định không chịu xưng tên. Cô ta làm như không biết em là ai. Em đã giới thiệu rồi. Chớ không, cô ta tưởng em là sen, là bếp gì sao. Vậy mà, cô ta vẫn không thèm nói chuyện với em. Quái đản.

- Chắc tại Duyên xa Việt Nam lâu, nên quên tiếng Việt. Chàng vờ như không quan tâm đến câu chuyện.

- Em xa Việt Nam còn lâu hơn cô ta. Em có quên tiếng Việt đâu! Với lại, chào hỏi nhau là phép lịch sự tối thiểu. Bắt đầu học nói là học chào mà.

Nàng chưa muốn đổi đề tài.

- Ừ, anh sẽ cự Duyên vụ này.

Những lần sau, tình cờ, khi cô ta gọi, nàng không có mặt ở nhà. Bởi vậy, nàng không biết chàng "cự" cô ta như đã định chăng. Chàng dỗ dành:

- Duyên nói chuyện hơi cộc lốc, nhưng tánh tình được lắm. Rồi đổi giọng lấy điểm với nàng. Con gái Nam làm sao sánh với mấy cô Huế được.

Nàng mỉm mỉm:

- Nghĩa là em nói chuyện không cộc lốc. Nhưng tính tình không bằng các cô gái Nam?

Chàng chống chế qua loa:

- Đâu có! Cái gì em cũng hơn thiên hạ.

Sau nhiều lần điện thoại qua lại, chàng cho biết, Duyên sẽ qua Âu Châu chơi ba tuần. Duyên không đi với chồng con, mà đi với một cô bạn người Hoa.

Nàng cẩn thận lấy hẹn tiệm cắt tóc, lo "tân trang", để đi đón cố nhân của chàng ở phi trường. Nàng chăm chút "ngoại hình", cho ra vẻ ta đây là phu nhân của chàng. Nàng chọn bộ váy màu nhạt, đơn giản nhưng thanh lịch (nàng nghĩ vậy). Nàng chuẩn bị vài nụ cười, ra vẻ ta đây nhiệt liệt đón chào du khách. Duyên làn lạt chào nàng:

- Chào chị.

Hổng lẽ nàng phải nhảy đông đổng kiểu như con ngựa bà trời trong truyện *Chú Tư Cầu*. "Tui là vợ anh Tư, tức là chị Tư." Tại vì chàng là con thứ tư trong gia đình. Nghĩ vậy thôi, chứ nàng biết bụng mình. Niềm thương, niềm ghét chi nàng chẳng nói nên lời. Nàng chậm rãi đôi câu chào hỏi đúng thủ tục. Duyên giới thiệu cô bạn đồng hành người Hoa, cô không nói được tiếng Việt. Tiện quá, chàng giao cho nàng trọng trách giao thiệp bằng tiếng Anh với cô khách người Hoa. Duyên và chàng ríu rà, ríu rít hỏi han nhau. Nàng đôi câu nhát gừng tiếp cô bạn người Hoa. Lên xe, chàng cầm tay lái. Nàng ngồi trước với "tài xế". Hai cô khách ngồi sau. Nàng không ngoái đầu nhìn. Nhưng đoán, Duyên hơi chồm chồm lên trước, câu chuyện hào hứng, sôi nổi.

- Chời! Định bây giờ vợ con đầy đàn, nhưng coi còn phong độ hơn xưa nữa nhen.

- Cám ơn Duyên. Biết đi đón người đẹp, phải cố gắng

hết sức. Nếu Duyên bây giờ ở Việt Nam, thì không chỉ là hoa khôi 12 D1. Mà hoa khôi của cả trường Lê Hồng Phong luôn.

Chàng đáp lại bằng một giọng thật dễ thương. Giọng Duyên kéo dài:

- Thời tiết ở đây xì- cút quá. Chán ghê.

- Ừ, cả tuần nay trời tệ thiệt. Nhưng bắt đầu ngày mai trời đẹp. Phải vậy thôi, có hoa hậu Canada đến thăm, nước Đức nhất định phải tiếp đãi đàng hoàng chứ. Ngày mai Duyên coi nhe, trời sẽ nắng ấm.

- Cách gì chẳng so được trời ở bển. Giọng Duyên chắc nịch.

Nàng vẫn vơ nhớ câu hát, *nắng nơi đây cũng là nắng ấm, nhưng ấm sao bằng nắng ấm...* Canada.

Duyên líu lo:

- Đây trời cứ xấu như dzậy. Bỏ xứ này đi. Ở bển, thời tiết đẹp lắm. Mùa hè năm tới, Định qua nhen. Duyên dẫn đi chơi, khắp Canada, dzui lắm. Rồi đi tắm biển, mà biển Florida kìa...

Duyên kéo giọng Điêu Thuyền như vậy thì Lữ Bố, Đổng Trác nào chẳng mềm lòng. Nàng ngồi đàng trước, bên cạnh chồng, nghĩ thầm, chẳng lẽ nàng mặc áo tàng hình hay sao mà Duyên không thấy nàng. Bởi, nếu thấy, chắc Duyên sẽ thăm hỏi nàng đôi câu có lệ, cho hợp phép xã giao sơ đẳng chứ. Giống như khán giả coi *tennis*, đầu nàng cứ phải quay qua, quay về để nhìn kịp đường banh. Tài tử, giai nhân, kẻ tung, người hứng, nàng hoa cả mắt. Người ta thường nói, câm như hến. Nhưng nàng câm như thóc. Bởi con hến dám lâu lâu há mõm thở. Còn nàng, cố ghìm nén hơi thở. Sợ thành vô duyên, sợ khuấy động cái không khí thơ mộng của chồng khi gặp lại cố nhân.

***

Cùng với mấy gia đình khác, vợ chồng con cái nàng dự định sẽ sang vùng biển Andria, bắc Ý, cách Venice không xa, nghỉ "nóng" hai tuần. Người lớn, trẻ em đều mong chờ đến mùa hè cùng du hí với nhau. Bầy con nít gặp nhau đi tắm biển, ăn hàng, tham gia những sinh hoạt cho thiếu niên, nhi đồng của các khu vực nghỉ mát. Bờ biển lài, cát mịn, thật thuận tiện cho đám con nít chưa biết bơi và những bà mẹ bơi dở của chúng. Cha mẹ chúng tối tối túm tụm ăn nhậu, trò chuyện thời sự, văn nghệ, chính trị, xã hội... Cả nhà cùng vui chơi thoải mái. Nhiều người thắc mắc, năm nào cũng đến đó, chạy qua Cavallino, đến Casavio, tối tối lùa bầy nhóc đi Jesolo ăn kem, chạy xe... không chán sao. Không, không hề chán. Sau mùa Phục Sinh, gia đình nàng và nhiều gia đình họ hàng, bạn bè khác bắt đầu lên chương trình cho mùa hè. Hễ bầy trẻ nhỏ còn mê tơi nước Ý, đối với những bậc phụ huynh của chúng, những địa danh đó vẫn luôn hấp dẫn.

Chấm dứt hai tuần nghỉ hè đã định, chàng sẽ nhận việc ở hãng mới, sau thời gian thất nghiệp khá lâu. Bởi vậy, chuyện xin nghỉ phép chắc chắn chàng không sắp xếp được. Chàng hỏi ý nàng có thể giúp chàng chăm sóc khách vào tuần cuối chuyến du lịch của Duyên.

Chàng bàn:

- Duyên qua đây được có ba tuần à. Thế nào cũng thích đi một vòng Âu châu. Đường xa, phải đi chơi nhiều chỗ, cho đáng công. Nếu mình dẫn Duyên theo qua Ý luôn cả hai tuần thì cũng tội. Casavio đâu có gì nhiều mà coi. Em có đề nghị gì không?

Nàng dấm dẳng:

- Dạ, không.

Thật ra nàng có đề nghị thầm trong trí, đề nghị cô ta làm ơn đặt các *tour* của công ty du lịch, đi đâu chẳng tới, cớ sao níu áo chồng tôi, nhõng nha, nhõng nhẽo.

- Anh tính như vầy, anh đưa Duyên qua Ý chung với cả nhóm. Cho Duyên đi Venice chơi ba ngày rồi về, đi Pháp. Đến Âu châu nhất định phải đi Paris. Hình như Duyên cũng thích đi Hòa Lan và Bỉ nữa. Mẹ con em ở lại bên Ý, cả nhà mình đông vui mà. Vòng về, xe các gia đình khác còn chỗ, hai mẹ con đi chung cũng tiện.

Chàng sắp xếp trơn tru, đặt lên bàn cân, hai mẹ con nàng nhẹ hều. Nàng chưa chuẩn bị tinh thần rằng chàng sẽ có hoạch định "đặc biệt" như vậy. Chàng "dệt" tiếp chương trình:

- Anh sẽ đưa Duyên lên Cologne, ghé ở lại nhà bạn. Rồi từ đó đi Amsterdam và Bruxelles. Một đời Duyên qua có một lần, dẫn người ta đi đó, đi đây cho biết. Hồi nào mình qua Canada, người ta sẽ đáp lễ.

Nàng bực bội trong bụng, "mình" là ai. Suốt đoạn đường từ phi trường về, "bả" chỉ rủ chàng đi chơi vung vít, chớ có đoái hoài gì nàng đâu. Tự nhiên nàng đâm ác cảm với xứ lá phong, vì "bả" ở đó. Đứa con quá háo hức, chờ đợi chuyến đi nghỉ hè bên Ý. Nàng chẳng nghĩ gì khác ngoài việc vui với con. Những sắp xếp của chàng cho hai mẹ con làm nàng cảm thấy rất bất an. Nhưng có lẽ do ngại những sóng gió, nàng im im, gần như chấp nhận. Tình cờ, nói chuyện với cô bạn, bạn cười hắc hắc:

- Sao bồ hiền quá dzậy?

Cô bạn ngưng cười, đổi giọng sôi nổi:

- Ê, ê, không được đâu. Con của bả còn nhỏ, mà bả đành đoạn giao con cho chồng để một mình qua đây du lịch. Chắc ở bển cơm không lành, canh không ngọt. Bả đi chơi để giải sầu!

Cô bạn xuống giọng như đinh đóng cột, rồi tiếp tiếp:

- Nghe tui nè. Bả qua đây, ông Định dẫn bả đi đâu, bồ theo sát rạt ổng cho tui. Chớ không thôi... Trời, trời, bả dớt đẹp ông Định hồi nào không hay đó nghen.

Nàng lắc đầu nguầy nguậy:

- Không có đâu. Làm gì có chuyện đó!

Cô bạn chép miệng:

- Thôi, tui hổng dám nói thêm. Sợ thành miệng ăn mắm, ăn muối.

Qua đến Ý, cả nhóm đã đặt mấy căn nhà trong khu trại hè từ đầu năm. Khu trại của gia đình nàng đã hết chỗ. Bởi vậy, chàng phải chạy thuê thêm chỗ cho hai cô khách ở trại bên cạnh. Chàng lo, hai cô lạ chỗ. Nhấp nhổm, chạy qua, chạy về, bảo buổi tối ở lại trại bên kia, phòng khi hai cô có cần gì giúp đỡ. Cô bạn của nàng nhắc nhở:

- Bồ làm ơn theo ông xã qua kia đi. Để thằng nhóc đây. Dì cậu nó chăm sóc được mà.

Nàng bấn loạn tinh thần, chẳng biết tính sao. Lòng chỉ muốn ở với con, nhưng đành xách túi tòng phu qua "nhà mới", nói là để qua làm bạn với hai cô cho vui. Mà thật ra, chỉ trò chuyện đôi câu tiếng Anh, cho cô bạn người Hoa đỡ lẻ loi. Chứ Duyên huyên thuyên bao nhiêu chuyện trường cũ, tình xưa, buồn, rầu gì đâu. Hôm sau, có chuyện trục trặc. Trong khi vợ chồng nàng đưa khách ngoạn cảnh Venice, thằng con đi tắm biển chung với các gia đình dì cậu. Chiều về trại, nó đói bụng, nhưng phần ăn các dì đưa, nó chẳng chịu ăn, cứ ngồi thút thít ở góc lều. Đến tối, khi nàng về bên "trại gia đình", thằng nhóc ôm chầm mẹ, khóc tấm tức: "Con không thích thịt dì. Con chỉ thích thịt mẹ thôi". Chị nàng tường thuật: "Cả ngày đi bơi nó vui lắm. Nó chạy nhảy la hét suốt, không biết mệt. Vậy mà chiều về nhà, mặt mày nó ỉu xìu. Chị dỗ ngon, dỗ ngọt nãy giờ, nó vẫn không chịu ăn. Nó cứ hỏi miết, mẹ đâu, mẹ đâu." Nàng tủi thân, thương con, giọt vắn, giọt dài. Một cảnh hai quê sao mà cực lòng. Buổi tối, cả nhóm rủ nhau đi ăn kem. Ở những khu du lịch, thường có những người bán hoa dạo trong các nhà hàng. Họ ôm hoa đi lòng vòng, đôi khi để đại một, hai cành hoa nơi bàn, nhất là các bàn có nam nữ ngồi chung. Rồi lát sau trở lại lấy tiền hoa. Trong tiệm kem, vợ chồng nàng và hai cô bạn ngồi một bàn. Đứa con ngồi chung với những người khác trong nhóm ở bàn lớn bên cạnh. Nàng ráng giữ bộ mặt bình thản, nhưng lòng ngán ngẩm, mệt mỏi. Khi người bán hoa đi qua, chàng ngoắc tay, kêu lại, mua hai cành hồng tặng nàng. Nàng vừa ngượng, vừa buồn. Cô bạn người Hoa trầm trồ: *"He's really nice!"* Trời ơi, phải chi những lúc chỉ có hai vợ chồng nàng, cành hoa rẻ tiền 50 xu ở chợ, nhưng thật lòng, cũng đủ cho nàng vui trọn ngày. Chứ bây giờ, trong màn kịch oái oăm như vầy, hai cành hồng sao kệch cỡm, vô duyên quá.

* * *

Nghĩ lại, đúng là cái tật ưa làm lanh của nàng đã mở đường cho sự kiện cố- nhân- u- sầu này. Hai đứa lấy nhau khi nàng đang trung học. Sau đám cưới, nàng trở lại nội trú của trường. Chàng ở nhà mẹ. Xong tú tài, nàng về nhà chồng, ở chung với gia đình chàng. Thời gian chờ vào đại học, nàng rảnh rang, lăng xăng chăm sóc tổ ấm. Nàng dọn dẹp bàn trong phòng chàng, thấy trên bàn vương vãi nhiều thiệp tết, thiệp xuân. Nàng sợ chàng mất liên lạc với bạn bè, nên ngỏ ý, chăm sóc nhịp cầu tri âm của chàng với bạn bè. Nàng hỏi chàng, ai là ai. Nàng viết thư thăm hỏi, giới thiệu mình với bạn bè chàng. Mỗi năm ít nhất là vào dịp lễ Giáng Sinh, tết Nguyên Đán, nàng soạn danh sách bạn bè chàng để gởi thiệp xuân. Để tránh những lời chúc trật đường rầy, nàng cẩn thận ghi chép bên cạnh tên A, vợ là B, có con là C... Biết ai còn độc thân, nàng chúc sớm gặp ý trung nhân. Ai mới lập gia đình, chúc mau mau có con bồng, con bế... vân vân và vân vân. Duyên là người hồi âm tương đối đều đặn nhất. Duyên gởi tấm hình chụp hai vợ chồng Duyên, giới thiệu, chồng là người Hoa, người Hương Cảng, chứ không phải người lục địa. Duyên viết chung cho cả hai vợ chồng. Chàng giao khoán cho nàng toàn quyền "điều hành" sinh hoạt thư tín với bạn bè. Nàng siêng năng trả lời và ký tên chung. Thư từ chủ yếu mang tính thông tin, không mang cho nàng ấn tượng nào đặc biệt. Ngoại trừ chi tiết Duyên không muốn liên lạc với người Việt ở Canada. Bởi, đa số người Việt "chơi không vô". Nàng thấy kỳ kỳ, luận điệu vơ đũa cả nắm. Mối giao hảo qua thư tín về sau có phần thưa thớt, nhưng xem ra vẫn lành mạnh, cho đến buổi tối nàng nhận điện thoại Duyên.

***

Nàng "đàm phán" với con, chỉ ở Ý một tuần. Rồi cả vợ chồng con đưa hai người khách về Đức. Cô bạn người Hoa cho biết đã hết ngày phép, phải về Canada đi làm. Đứa con chịu "tạm trú" nhà ông bà Ngoại một tuần lễ, trong thời gian nàng bén gót theo chàng, đưa cố nhân đi chơi. Vừa buồn rầu vì xa con, vừa bẽ bàng với tâm trạng kỳ đà cản mũi, nàng ngậm bồ hòn, ráng tươi tỉnh, dẫu lòng héo queo. Ở đâu đại khái cũng vậy. Duyên chỉ thích xuống xe, chụp vài tấm hình, lơ là với những lời dẫn giải hướng dẫn du lịch của chàng. Ngày cố nhân ra phi trường, chàng không nghỉ phép được, chàng nhờ hai mẹ con nàng sắp xếp tiễn khách.

Sau mấy tiếng đồng hồ căng thẳng ở phi trường giúp Duyên giải quyết vài vấn đề khi *check- in,* từ chuyện tìm không ra vé máy bay, đến chuyện hành lý quá tải, nàng thở phào như trút gánh nặng ngàn cân, khi Duyên mất dạng sau cánh cửa phòng cách ly chuẩn bị lên phi cơ.

Nàng ngao ngán nhìn căn phòng của đứa con nhường khách sau hai tuần lễ. Căn phòng trông như nhà kho không cửa sau cơn lốc xoáy. Khắp phòng bừa bộn các bao bì, nhãn hiệu áo quần cắt xé. Thấy mặt mẹ không vui, thằng bé an ủi:

- Không sao đâu Mẹ. Nếu mình dọn phòng con chưa xong, con ngủ bên Ba Mẹ.

Nàng hôn nhẹ má con:

- Con thích ngủ bao lâu bên ba mẹ cũng được, cho dù phòng con đã dọn xong.

Thằng bé thích chí vỗ tay:

- Con thích ngủ chung với Ba Mẹ hoài à, *immer**!

Được trớn, thằng bé thủ thỉ:

- Mà ở bên Ý cũng như vậy nghe Mẹ.

Nàng ôm con vào lòng:

- Mẹ xin lỗi đã không cho con trọn những ngày vui trong kỳ nghỉ hè năm nay.

Nàng nhớ có lần đọc một truyện ngắn về cố nhân. Chao ôi, một câu chuyện với kết cục vừa hiền, vừa lành, dễ thương hết sức. Tác giả quả là một cô tiên nhân từ, đưa ra giải pháp thật nhân đạo: cố nhân của chàng là nữ tu. Câu chuyện đến đấy là chấm dứt. Người vợ khỏi phải bận tâm nhức đầu, nhức cổ vì những chiến thuật, binh pháp phòng ngự. Không chừng tác giả có thể xin bản quyền về giải pháp tuyệt hảo này. Tất cả người xưa của các ông đều trở thành nữ tu hết. Như vậy, vợ hiền sẽ tiếp tục là vợ hiền, vì không phải nhe nanh, chuốt vuốt mà bảo vệ chủ nhân cái xương sườn.

Ôi, phải chi ông trời xếp đặt cho người xưa của chàng là *ma sœur* hay ni cô, thì nàng đâu phải nhọc lòng, tả tơi sầu úa, đứa con đâu phải tủi thân, khóc lóc dỗi hờn. Nàng tự hỏi, chàng có bao giờ nhận biết rằng, cố nhân của chàng như cơn bão đã cuốn phăng mất mùa hè tươi đẹp của mẹ con nàng. Nàng thầm mong, cố nhân của chàng sẽ mãi được long phụng hòa minh, để mẹ con nàng yên vui tận hưởng mưa thuận gió hòa cả bốn mùa xuân hạ thu đông trước mặt.

Tháng Bảy, 2020

Trích lời ca trong nhạc phẩm
Mưa Sài Gòn Còn Buồn Không Em? của nhạc sĩ Nguyệt Ánh

* *immer* (tiếng Đức): luôn luôn

Nhạt Nhòa - Tranh Hoàng Thanh Tâm

CA DAO

Nhờ vài sự kiện ngẫu nhiên, chị và nàng trở thành đôi bạn. Cả hai ở chung thành phố gần mười năm trời, mà mãi đến giờ mới chạm mặt. Có lẽ muốn bù đắp cho thời gian dài hụt nhau, chị và nàng thân thiết ngay trong buổi gặp gỡ đầu tiên. Hai đứa ngồi nói bao nhiêu là chuyện, tưởng như đã quen tự xửa, tự xưa. Rù rì chuyện trò, chị và nàng nhận ra hai đứa có nhiều mẫu số chung đó đây trong những góc nhìn cuộc đời. Nàng cũng nghĩ như chị, sự mong đợi trong quan hệ tình cảm của người nữ và người nam khác biệt rất nhiều. Chị đã đến gần, thật gần một mối tình. Sợi dây nối giữa chị và người ấy là những điện thư nhiều trang và những cuộc điện đàm hàng tiếng đồng hồ. Tình cảm hai người khắng khít thật nhanh trong giai đoạn người- tình- không- chân- dung. Nàng tưởng tượng được sự hồi hộp của chị, khi nhận được điện thư có kèm tấm hình của người ấy. Lúc trên màn ảnh hiện lên hình người ấy, chị đã tắt vội máy trong giây phút hốt hoảng, hụt hẫng. Không phải vì người ấy giống *Thằng Gù Nhà Thờ Đức Bà* hay *Trương Chi*. Nhưng những lá thư và những cuộc điện đàm đã vẽ trong trí chị một nhân dạng khác. Trấn tĩnh lại, chị dần dà tìm được những đại đồng, tiểu dị giữa văn và người của người ấy. Chị hân hoan trong mơ mộng của một hạnh ngộ. Với những sắp xếp mang vẻ tình cờ mà lãng mạn, người trong mộng đến với chị. Điều kiện khách quan, chủ quan hết thảy đều thuận lợi. Cuộc sống hình như sắp tròn trịa, *gặp nhau đôi tâm hồn được nghỉ ngơi*. Nhưng mọi việc diễn tiến khác với dự tưởng của chị, của người ấy. Cả hai cùng choáng váng, cùng mất thăng bằng. Chị xuống tinh thần dữ dội. Người ấy vẫn giữ liên lạc với chị. Nhưng những tờ giấy đầy chữ không thể gọi là thư mà là những bài báo cáo khô như ngói. "Anh đang đi làm ở tỉnh X. Anh sắp sửa đi dự hội nghị ở tỉnh Y". Chị tiếc, chị nhớ những lá thư đầu Ngô, mình Sở, chêm vào đôi câu ca dao ngất ngơ. *"Thương em chẳng dám vô nhà/ Đi ngang qua ngõ hỏi: 'gà bán không?'"*. Những lá thư mở đầu với những danh từ ngọt ngào của nhiều ngôn ngữ *Cưng, Schatz, Honey, Chérie...*

Chị ngưng câu chuyện. Cả hai ngồi lặng yên một lúc, quan sát nhân gian rộn rịp giữa phố. Nàng quay qua chị:

- Sự khác biệt vẫn muôn đời còn đó. Người nữ lý tưởng hóa mối quan hệ thành một tình yêu. Người nam cụ thể mong đợi một người yêu.

Chị mỉm cười, gật nhẹ đầu:

- Bạn bè chọc mình nhà quê, lỗi thời. Tụi nó vẫn không tin được giữa mình và người ấy không có gì. Mà có lẽ tại vậy, cho nên người ấy bây giờ chỉ viết tường thuật chứ không viết thư nữa.

Nàng nói thầm, chị ơi, tụi mình lập "hội nhà quê yêu người" đi. Điều kiện nhập hội là tuổi đời mênh mông, nhiều mơ mộng, yêu người trong điều kiện "thượng tầng cơ sở" với thơ, văn, nhạc, với những điều mơ hồ, lửng lơ con cá vàng. Chứ không mặn mà với "hạ tầng cơ sở" có chăn gối mùng mền rầy rà.

Trở về, sau giờ nghỉ trưa khá dài và bao mẩu chuyện lan man, chuyện chị, chuyện nàng. Đầu óc nàng vẫn còn ngập những ấn tượng, ý tưởng của buổi gặp gỡ. Chàng lặng yên, sau khi lặp lại câu hỏi ba lần mà nàng dường như vẫn chưa hiểu. Nàng hỏi:

- Sao ai không kể chuyện chi vui vui hè?

Chàng mát mẻ:

- Đâu có gì vui để kể. Mà có kể, chẳng ai hiểu. Người thì đó, mà hồn đâu mất tiêu.

- Coi bộ làm cao, làm khó dữ.

- Ừ, thì vậy. Chứ làm thấp, làm dễ, người ta chẳng để ý tới mình.

Nàng dọ dẫm:

- Tiếc quá! Phải chi điện thoại có màn ảnh để được thấy bánh bao chiều.

- Trời ơi. Em nhớ hàng bánh bao ở gần rạp hát không? Ông già chỉ bán buổi chiều thôi. Bánh ngon dễ sợ.

Đột nhiên, giọng chàng sống động hẳn lên, quên đi vai làm nư chàng đang diễn.

- Em thích bánh da lợn, bánh ít lá gai hơn.

- Bánh bò trắng cũng ngon ghê gớm...

Vậy là hai đứa tranh nhau kể những món ăn tuyệt vời trong tưởng tượng. Chàng đề nghị, bữa nào hai đứa viết chung một cuốn sách về những món ăn trong ký ức.

Mùa xuân, nàng bị dị ứng phấn hoa. Lắm lúc, nàng nghĩ, mình bị hắt hơi liên tục tại vì ai đó thường nhắc mình. Bác sĩ cho nàng đúng thuốc. Ngày một, ngày hai, nàng hết ách- xì. Nàng vặn vẹo, có phải tại chàng không nhắc, cho nên nàng hết hắt hơi. Chàng nỉ non:

- Sao không! Không những anh nhắc, anh còn mơ nữa. Anh mơ có ngày gặp em. Mơ hoài, thể nào giấc mơ cũng thành sự thật, phải không?

Chàng hát nhỏ, *"Một lần nào cho tôi gặp lại em..."*

Nàng ngúng nguẩy:

- Đã gặp- đi bao giờ đâu mà anh đòi gặp- lại.

Nàng đằng hắng:

- À, cô ca sĩ ruột của anh, cô ngang nhiên đổi cách xưng hô trong bài hát. Nhạc sĩ mà biết đứa con tinh thần của ông bị hành hạ như vậy, chắc phải khóc thét.

Chàng ngạc nhiên:

- Ủa, sao em lại níu áo, mắng vốn anh.

Nàng trề môi:

- Tại anh cứ xuýt xoa khen cô ca sĩ xinh xắn, hát hay.

Chàng nói ba phải:

- Ờ, ca sĩ có lúc này, lúc khác.

Nàng chì chiết:

- Cô ca sĩ mơ *Một lần nào cho em gặp lại anh*. Ai đời, *"anh"* của cô như vầy đây: *Ôi mái tóc mây bay/Giờ còn không tiếng nói thơ ngây/Giờ còn không anh có vui không/ Hai má còn hồng*. Nghe nổi da gà.

Chàng phì cười:

- Vậy là cô ca sĩ mơ gặp... Michael Jackson. Nè, sao em đánh trống lảng, không trả lời câu hỏi của anh vậy?

Nàng hỏi ngược chàng:

- Anh biết tại sao tháng Bảy mưa ngâu không?

- Tại trời khóc Ngưu Lang, Chức Nữ xa nhau.

- Không phải. Ngưu Lang, Chức Nữ cùng khóc, vì tiếc, đã lỡ gặp nhau, tình hết đẹp.

- Em đừng xuyên tạc chuyện xưa tích cũ. Mà thôi. Kệ người xưa. Em có bao giờ thích mình gặp nhau không?

- Như bây giờ là vui quá chừng.

- Em tập trả lời đơn giản. Có nói có. Không nói không. Dễ ẹc hà.

- Gặp nhau. Tình cảm giảm sút, buồn vô cùng. Nàng nói thật điều mình nghĩ.

- Sao lại giảm sút. Càng nhiều hơn chứ. Chàng nói nhanh.

- Bây nhiêu là đã chới với rồi. Rối rắm thêm, như canh hẹ, làm sao mà gỡ.

Nói chuyện lan man một hồi, chàng nàng rộn ràng kể chuyện thời đi học. Chàng huyên thuyên:

- Cô giáo ấy trẻ lắm, có lẽ lớn hơn học trò tụi anh năm, sáu tuổi là cùng. Đặc biệt, cô giáo chỉ mặc áo dài trắng hoặc đen. Nhiều lần, anh canh giờ cô rời trường, anh đi theo sau cô một quãng đường...

Nàng tưởng tượng, nếu đứng trước mặt chàng, sẽ thấy chàng đang chìm đắm *người ngỡ đã xa xăm, bỗng về quá thênh thang...* Nàng nói, giỡn ít, thiệt nhiều:

- Phải chi anh lớn hơn em chừng ba, bốn chục tuổi, để khi em gặp anh, anh chỉ còn lại ngăn tim cuối cùng. Cho dù là một ngăn tim nhỏ bé, tội nghiệp, nhưng là ngăn cuối...

Nàng nhắc đến thầy giáo Việt Văn, dạy hay nổi tiếng. Thầy cho đọc bài *Hoa Học Trò* của Xuân Diệu. Nàng sôi nổi:

- Em còn nhớ vài đoạn... *Phượng không phải là một đóa, không phải vài cành; phượng đây là cả một loạt, cả một vùng, cả một góc trời đỏ rực...*

Chàng cắt ngang:

- Hồi đó em xao xuyến dữ lắm phải không?

Nàng ú ớ:

- Trời đất. Em còn con nít mới rời tiểu học. Có mấy chị lớn học ban C chăm sóc phần hồn cho ông thầy rồi.

- Vậy là em có bồi hồi. Chàng tuyên bố chắc như đinh đóng cột.

Nàng quê quê:

- Bộ anh lúc nào cũng có sẵn chồng mũ bên cạnh. Có dịp là chụp mũ người ta à.

Chàng cười cười:

- Yêu nhau chụp mũ cho nhau mà.

Tự nhiên trong tình cảm của chàng nàng có những dấu hiệu quái chiêu. Nàng kể, ông anh họ mời nàng dùng bữa ở nhà hàng hải sản, đãi cua bảy món. Ông anh đùa, cho hợp với tính tình ngang bướng của cô em. Chàng không thèm hỏi ngon dở ra sao. Chàng nghiêm giọng:

- Thôi, em đừng đi ăn với ông anh dở hơi ấy. Mai mốt gặp nhau, anh đãi em sơn hào hải vị. Em thích ăn món gì, anh nhất định tìm cho được.

Cuối thư, thay vì chúc nàng một ngày vui, chàng viết *Em thì xa, mà ngày qua rất vội/ Có bao giờ em hiểu nỗi đau ta.* Ủa, sao đâu đó cả hai đều có cái tính kỳ cục. Nàng cười một mình: Đúng là... già không nên nết. Đã yêu không đúng lúc, mà còn bày đặt ghen không đúng chỗ.

Bên cạnh những lúc cười vui, chọc ghẹo, nàng vẫn có những khắc khoải, băn khoăn. Nàng âu lo, ngờ ngợ mình đang trót nghe theo lời u mê. Có đâu là tình cờ khi nàng nhớ câu chuyện cũ rích thời trung học. Nhỏ bạn túm tóc đuôi ngựa của nàng, cười khúc khích: "Cái ót mày ngồ ngộ. Tao là con trai, chắc tao thương mày vì cái ót". Nàng chẳng mấy để ý đến lời bàn nhảm của nhỏ bạn, chỉ ngồi lim dim, cho bạn vọc tóc. Giờ đây, buổi sáng sửa soạn đi làm, khi kẹp tóc, nàng đã kéo tấm kiếng sau lưng nghiêng nghiêng, để ngắm cái gáy của mình, coi thử nó ngồ ngộ ra sao. Nàng len lén nghĩ, nếu người ta thấy gáy của mình, người ta có giống con nhỏ bạn, đem lòng thương không. Nàng lắc đầu quả quyết. Không được! Không được! Đi chung với nụ cười mời gọi là tô cháo lú to tướng. Tam thập lục kế, tẩu vi thượng sách. Nàng áp dụng kế này đã bao lần. Tái tam, tái tứ, mà vẫn dậm chân tại chỗ. Ngoài ra, chưa chạy trốn được, nàng lại nhầm hướng, chạy lại phía người ta. Hôm nào đây, điện thư của chàng với cái tựa thật dài, *"Từng ngày tình đau cho trái tim se thêm những mỏi mòn"*, đã làm nàng ủ dột suốt ngày. "Anh tự hỏi, tại sao mình quá bận tâm về cuộc sống.

Tại sao mình để những điều hời hợt bên ngoài chi phối đời mình. Dần dà, anh học được cách sống, sống trọn ngày hôm nay, cho mình. Em, lúc nào đó, em thấy mọi việc quá xa tầm tay em, em cứ bỏ đi, để còn đủ sức gánh vác những góc đời khác quan trọng hơn. Anh hiểu, rất hiểu, cuộc sống mong manh thế nào." Nàng hoảng sợ, tình cảm sao như xe tuột dốc, làm sao thắng lại được. Nàng vội gấp thư lại, hai tay để hờ trên bàn phím run rẩy. Người khác nhìn vào, thấy sắc diện của nàng đổi như con cắc kè. Khác một điều, con cắc kè đổi màu phù hợp với môi trường chung quanh. Còn nàng, màu áo nàng hồng thắm tươi tắn vẫn không thể làm sáng lên mặt nàng đổi thành xanh mét. Có người hỏi nàng điều gì đó, nàng lập cập, *yes, yes*. Rồi nàng chợt tỉnh, mình có hiểu gì đâu mà nói *yes*, nàng lại lúng búng *no, no*. Cô bạn đồng nghiệp bật cười:

- Sao, *yes* hay *no* đây. Trời đất ơi, sao mặt mày chị nhợt nhạt ghê quá vậy?

Thực tại vẫn hiển hiện trước mắt. Ràng buộc cuộc sống vẫn vây quanh hai đứa. Hạnh phúc nhỏ nhoi nơi góc này, là ân sủng hiếm hoi trong cuộc sống. Nàng biết, mắt nàng đang ướt. Nước mắt của hạnh phúc chen lẫn niềm đau không bao giờ có nhau trong đời. Suốt đoạn đường dài trên xe lửa, nàng không đọc nổi một chữ trong cuốn sách mang theo. Nàng suy nghĩ lẩn thẩn rằng, khi không nói ra những tình cảm có thật đang chật kín trong tim, mình sẽ nhẹ tội hơn. Tính ra, cả hai cùng cảm, cùng nghĩ như nhau. Trong toán học, cả hai là động tử cùng chiều. Có điều, vận tốc của chàng vượt xa vận tốc của nàng. Có lần chàng nói, "Nếu anh *too much*, anh xin lỗi". Nàng không đáp, mà tự nhủ, "Nếu em *too slow*, em xin lỗi."

Đôi chuyện buồn đang quật ngã nàng. Ngồi co ro trong ánh đèn đêm, nàng muốn được trò chuyện với chàng. Giữa khuya, nàng mở hộp thư. "Em, anh nghe được tiếng em. Đó là lý do duy nhất giờ này vào máy viết thư cho em. Anh biết em có nỗi buồn, cho anh được san sẻ với em." Nàng như được nghe chàng vỗ về: "Em, em, đưa hết nỗi buồn cho anh, anh chịu cho". Nàng mở đường *link* bài hát chàng gởi. … *Tựa vai nhau/ Cho nhau yên vui ấm áp cuộc đời…* Thuở nhỏ, nàng đã yêu vô điều kiện các ca khúc trong cuốn *cassette Tình Ca Ngô Thụy Miên*, mặc dầu nàng chưa hiểu, chưa thấm ý nghĩa các bài hát, ngay cả bài *Tuổi Mười Ba*, tuổi của nàng. Nàng tắt nhạc. Nàng không dám nghe hết bài hát, vì nàng đã thuộc lòng lời ca của tất cả bài hát trong cuốn băng này.

Nàng chợt nhớ "bất phương trình": tình- yêu/người-yêu hôm nào đây nàng và chị bạn mần mò tìm cách giải đáp. Hình ảnh sầu não của chị bạn khi nhắc đến hư hao trong tình cảm hiện rõ trong trí nàng. Phút chốc, nàng thấy mình cũng chông chênh, xiêu vẹo trong nỗi buồn sắp sửa đánh mất niềm yêu. Nàng vẫn mong chàng đứng xa xa bên kia hàng rào, hát hò, thơ thẩn. Bên này, nàng cuống quýt, bâng khuâng nghe tiếng chàng ầu ơ câu ca dao ngọt ngào: *"Thò tay mà ngắt ngọn ngò/ Thương em đứt ruột giả đò ngó lơ."* Bỗng nhiên, tai nàng văng vẳng câu ca dao khác, nghèn nghẹn. Nàng cúi xuống, gõ nhẹ bàn phím, những giọt nước mắt lặng lẽ nhỏ xuống bàn. Nếu nàng dùng bút mực như thuở xưa, chàng sẽ thấy câu ca dao bị nhòe nhoẹt vài chữ: *"Yêu nhau mà đứng đàng xa/ Con mắt liếc lại bằng ba đứng gần".*

Tháng Mười Một 2020

Trích lời trong các nhạc phẩm

Tìm Nhau, nhạc sĩ Phạm Duy

Một lần nào cho tôi gặp lại em, nhạc sĩ Vũ Thành An

Tình nhớ, nhạc sĩ Trịnh Công Sơn

Lời Tình Buồn, nhạc sĩ Hoàng Thanh Tâm

Niệm khúc cuối, nhạc sĩ Ngô Thụy Miên

KIẾP NÀY, KIẾP SAU

Một chị bạn mở cuộc thăm dò ý kiến những đôi uyên ương cao niên. Hỏi, trong túp lều tranh có bao nhiêu trái tim vàng xin ông Tơ bà Nguyệt xe thêm kiếp nữa.

Bà sốt sắng tham gia chương trình. Bà không dám trả lời cho ông. Nhưng bà nghĩ, rất có thể ông nói "không". Vì, có lần bà đang lim dim thổn thức theo lời ca của một trong những bài hát bà mê nhất đời *Trăm năm dù lỗi hẹn/ Nghìn năm vẫn không quên/ Vẫn nhớ y nguyên* thì ông lay phắt bà ra khỏi cơn mơ với lời bàn: "vớ vẩn".

Thuở ông bà còn là vợ chồng son, dù chẳng *là gái trong song cửa*, nhưng lúc đó, trong mắt bà, ông quả thật là *mây bốn phương trời*. Những năm ấy, hai vợ chồng không nhất thiết phải có *râu tôm, ruột bầu*, mà ăn uống gì, cả hai cũng *chan*, cũng *húp,* cũng *gật đầu khen ngon*, miễn là ngồi bên nhau.

Bà không nhớ rõ, từ lúc nào hai ông bà thôi không còn ngâm nga, *ôi đẹp sao là thuở ban đầu.* Mức độ ông chẳng, bà chuộc gia tăng tỷ lệ thuận với những mùa thu ông bà chung đếm.

Thời bà còn miệt mài đèn sách đại học, ông lắc đầu khi nhìn bàn học của bà. Những cuốn tạp chí Việt ngữ nằm lẫn lộn giữa các sách giáo khoa, tự điển. Bên cạnh những bài vở bà ghi chép ở giảng đường là những thư từ bà nhận được hoặc bà đang viết. Bà vừa hí hoáy làm bài tập, vừa ngắm nghía mấy tấm hình từ Việt Nam gởi qua. Ông thấy mệt mắt lắm:

- Nếu bàn học của em gọn gàng hơn, chắc chắn em sẽ học giỏi tới đâu.

Bà tỉnh queo:

- Em học được tới đây là nhờ bàn học em như vậy. Em để đồ đạc theo thứ tự hợp lý của em. Anh nghe ông văn thi sĩ Paul Claudel nói nè: *Die Ordnung ist die Lust der Vernunft, aber die Unordnung ist die Wonne der Phantasie. Ngăn nắp là niềm vui của lý trí. Nhưng lộn xộn mới là niềm vui cho trí tưởng tượng.*

Cuối tuần, bà dọn dẹp lau chùi nhà cửa. Thỉnh thoảng, chiến dịch vệ sinh của bà bị đình trệ ở tủ sách. Bà đang lau lau, chùi chùi, chợt thấy một cuốn truyện bà đọc đã lâu. Bà lật lật vài trang, thấy lý thú. Thế là bà tháo bao tay, dựng chổi sát tường, ngồi đọc sách ngon lành. Ông đi ngang, vướng mắt:

- Em bận đọc sách thì để anh làm.

- Dạ, không, để từ từ, chút nữa em tiếp tục.

Ông khó chịu:

- Đời anh ghét nhứt là tật làm nửa chừng, rồi bỏ tùm lum ra đó.

Bà cười cười lấy lòng:

- Có gì mà anh phải ghét cho mệt người. Miễn sao tới chiều, em xong việc thì thôi.

Giờ thì bà rề qua lật cuốn *Album,* xem hình cũ thời đứa con còn nhỏ. Chà, mới có cách đây hơn hai chục năm mà ông bà xem trẻ ra phết. Vợ chồng con cái cười toe toét, mặt mày tươi rói. Nhìn hình, rồi ngó mặt ông nhăn nhăn như khỉ ăn ớt, chắc ông đang nói thiệt, chứ không phải nhỏng nhảnh giống như bài hát *con gái nói ghét là thương.* Thôi, tránh... khỉ chẳng xấu mặt nào. Bà xếp cuốn *Album,* uể oải cầm chổi, túm khăn tiếp tục thi hành "bổn phận công dân".

Vợ chồng người bạn đến chơi. Bốn người rân ran chuyện trò. Ông pha cà phê. Bà cẩn thận dọn cái dĩa để bỏ muỗng. Khuấy đường xong, ông vẫn để cái muỗng trong cốc cà phê khi uống. Bà trỏ trỏ cái dĩa. Ông làm lơ, không phản ứng. Bà chợt nhớ chuyện diễu, tưng tửng kể. Người kia đến gặp bác sĩ, khai bệnh: "Thưa bác sĩ, mỗi khi uống cà phê, mắt tôi bị đau buốt". Bác sĩ chẳng nghe tim, chẳng bắt mạch, mà chỉ nhìn bệnh nhân, tủm tỉm: "Ông không cần thuốc thang gì cả ông ạ. Mỗi khi nâng cốc cà phê, ông chỉ việc lấy cái muỗng ra là khỏi bệnh ngay." Chị bạn cười ha ha: "Trời, y chang chuyện nhà tui." Ông sa sầm. Khi khách đã về, ông hầm hầm:

- Sao em cứ gây chuyện hoài vậy?

Bà ngạc nhiên:

- Chuyện gì vậy anh?

- Em có nhất thiết phải *blamieren* anh trước mặt mọi người không?

Bà vẫn ngơ ngác, chưa hiểu. Ông nói:

- Chuyện hồi nãy muỗng cà phê đó.

Bà vỡ lẽ:

- Ồ, chuyện giỡn thôi mà.

Ông lẩm nhẩm:

- Anh thấy không có gì vui cả.

Điều làm ông bực nhất là lối hành xử kiểu nói có sách, mách có chứng của bà. Đứa con hỏi đường về thăm nhà ngoại nội xa gần. Ông nói:

- Về ngoại gần 500 cây số. Về nội hơn 300 cây số.

Bà ngó ông một cái sắc lẻm, rồi ào ào bật *computer* (thuở xưa chưa có *smartphone*). Bà vào *internet* loay hoay một hồi, đọc to:

- Đây nè. Về bên ngoại là 412 cây số. Còn về bên nội là 391 cây số. Tức là chênh lệch nhau 21 cây số thôi. Nói như anh, giống như về bên ngoại xa gấp đôi về bên nội.

Ông chăm chú trước màn hình, vừa lòng vòng trong chợ amazon, tìm mua vài món phụ tùng xe hơi, vừa ê a hát *cầu ân ái đêm nay gãy một nhịp rồi*. Bà đang ở phòng khác, thoắt một cái, chạy ào đến bên ông, nói không kịp thở:

- Không phải là cầu ân ái mà *cầu thân ái* anh ơi. Nhạc sĩ Trầm Tử Thiêng nghe được, ổng đau lòng lắm.

Ông quay qua ngó bà, nghĩ bụng, chỉ vậy, bà cũng ầm ỹ. Ông nhún vai:

- Ca sĩ còn hát sai lời hà rầm kìa, chết chóc gì đâu.

Ông chợt nhớ, bà thường lên giọng bắt bẻ: "Em chúa ghét ca sĩ sửa lời bài hát vô tội vạ".

Ông định phân trần rằng, ông chẳng phải ca sĩ. Nhưng bà đang chăm chú nhìn *tablet,* quẹt quẹt. Có nói, bà chả để ý. Mấy phút sau, giọng ca sĩ Hoàng Oanh trong trẻo, *Một ngày vào thuở xa xưa... Bà xuỵt xuỵt cho ông nghe rõ *cầu thân ái đêm nay gẫy một nhịp rồi...*

Từ đó, ông gạch bỏ bài hát khỏi danh sách những nhạc phẩm ruột của ông.

Bà ra rả nhắc ông quan tâm đến chuyện bảo vệ môi trường. Có dịp, bà tường thuật ngay:

- Anh biết không? Việc sử dụng nước của nhân loại tăng mười lần trong khi dân số địa cầu tăng chỉ bốn lần...

Ông nói ngay để bà "tắt máy":

- Biết rồi, khỏi kể.

Thường thường, ông mặc cho bà cắp củm với mấy xô nước rửa rau. Nhưng ông dặn đi, dặn lại bà, khi có khách, bà nên bỏ lệ dùng nước rửa rau để tưới cây. Bà nhíu mày:

- Ủa, lấy nước rửa rau tưới cây đâu có mất vệ sinh.

- Đúng rồi. Nhưng người ta thấy em xài nước vậy, họ nghĩ mình kẹo.

Bà bật cười:

- Ui, nếu họ nghĩ vậy, thì thấy hoặc không thấy, em đích thị là kẹo kéo rồi.

Nhóm bạn đến nhà ông bà đàn đúm nấu nướng. Mỗi người một tay, xúm lại đổ bánh xèo. Bà đem bịch rau người bạn vừa mang tới đi rửa. Ông liếc liếc. Bà thản nhiên xách mấy bình tưới cây để cạnh bồn rửa. Dường như không ai để ý, khi bà bưng thau nước rửa rau đổ vào bình tưới cây. Ông nhẹ nhõm. Mười người mà không khí ồn ào náo nhiệt như chợ trời. Bà trỏ mấy bình nước tưới cây:

- Nè, các bạn nhìn mấy bình nước này có nhận thấy tui là người hiền không?

- Không. Mấy bình nước liên quan gì đến hiền hay dữ.

Bà vờ nghiêm mặt:

- Có người hiền lành, người hiền hậu, người hiền từ... Nhưng tui thì hiền tạ. Tức là hiền lắm, hiền đến một tạ.

Bà ngưng một chút, rồi cười hì hì:

- Mà hiền tạ cũng là là... hà tiện.

Bạn bè cười ồ:

- Có lý, có lý.

Thấy thời cơ thuận lợi, bà bắt đầu bài diễn văn. Nguồn nước không phải vô tận. Mình phải tiện tặn để dành cho đời sau. Mình không nên phung phí nước sạch...

Các bà nhao nhao:

- Khỏi lo. Gì chớ chuyện xài nước tui cũng hiền tạ một cây. Xài không kỹ, trả tiền lủng túi, méo mặt luôn.

Mấy người bạn vui vẻ hưởng ứng đề tài nước non của bà. Nhưng ông buồn trong bụng. Bà chẳng bao giờ chịu nhượng bộ ông, cho dù lời yêu cầu nhỏ tẹo.

Trong nhà bếp người bạn, bà đang phụ giúp bày biện bánh trái để cả nhóm trà dư tửu hậu chuyện phiếm. Giọng ông sang sảng: "Thị trường chứng khoán hấp dẫn không thua gì truyện trinh thám. Mấy loại khẩu phần của các hãng xe hơi... Nhưng không bằng các hãng về năng lượng dầu mỏ..." Bà giật bắn cả người. Ông lại nói nhầm chữ rồi. Bà chạy lên phòng khách, cười cười, xìa vô ngồi cạnh, khèo khèo, ghé tai ông, thì thào:

- Cổ phần anh à, chứ không phải khẩu phần.

Ông khựng một chút:

- Ừ, ừ, cổ phần, khẩu phần gì cũng vậy.

Câu chuyện sau đó kém phần rôm rả. Bà hơi áy náy làm ông cụt hứng. Nhưng ông cứ nhắc đi nhắc lại chữ "phần ăn", rồi lỡ người bạn nào đó tưởng thị trường chứng khoán buôn bán "phần ăn" sao. Trên đường về, ông tỏ ra rất bực dọc:

- Anh kỵ nhứt cái tật nhảy vô họng khi người khác nói chuyện.

Bà nghĩ, đúng là làm ơn mắc oán. Lẽ ra ông phải mừng, vì bà giúp ông sửa sai kịp thời chứ. Tuy vậy, biết ông đang giận, bà dịu giọng phân bua :

- Thường thì em đâu có nhắc. Nhưng trong trường hợp này hai chữ hoàn toàn khác biệt.

Ông cắt lời:

- Ai mà chẳng hiểu anh nói về *Aktien*. Đâu cần em phải làm tài lanh sửa lưng.

Ô vậy ra, câu ca dao *Chồng giận thì vợ bớt lời/ Cơm sôi bớt lửa chẳng đời nào khê* sai bét. Điệu này, bà phải tắt bếp luôn cho rồi. Nghĩ vậy. Bà im re. Không khí "hờn anh, giận em" kéo dài cả ngày.

Ông bà dự định quét vôi trần nhà bếp. Trần nhà màu trắng, sau nhiều năm hít thở cá kho, thịt rim, giờ đã hơi ngà ngà vàng. Ông nói:

- Kỳ này mình thay đổi màu khác, lạ một chút.

Bà bàn bạc:

- Thôi anh ạ. Bếp nhà mình chật quá, màu sắc này nọ không hợp đâu. Mình sơn lại màu trắng, nhìn cho thoáng.

Ông lửng lơ:

- Để coi.

Ông đón bà ở phi trường sau chuyến công tác xa nhà. Ông hí hửng:

- Anh có món quà đặc biệt cho em.

Bà mừng rỡ:

- Cám ơn anh. Cho em coi đi. Hồi hộp quá.

- Đâu được. Về nhà mới thấy.

Bà cảm động ghê. Tội nghiệp ông. Ở nhà lui cui một mình cả tuần, chắc buồn lắm. Vậy mà, cũng có quà cho mình. Vừa bước vô nhà, ông kéo tay bà phăng phăng xuống bếp, ra dấu cho bà nhìn lên. Ông hớn hở:

- Thấy chồng em chiến không!

Bà ngó trần nhà màu tím, tắt tiếng. Nhà bếp như càng chật hẹp hơn vì màu tối của trần nhà. Bà lắp bắp:

- Mà, mà sao anh sơn màu tối dữ vậy?

Ông chưng hửng. Tưởng bà thể nào xuýt xoa khen ông giỏi. Khen trần nhà mới đẹp. Ai ngờ, bà cứ ngó trần nhà, rồi ngó ông, vẻ thất vọng.

- Chị Mai ngắm trần nhà, khen quá trời. Màu này chị ấy thích lắm.

- Ủa, ở đâu mà lại có chị Mai chen vô đây?

Ông giảng giải:

- Chị Mai hỏi anh khi nào ra *Baumarkt,* cho chị theo ké, mua chậu cây. Sẵn dịp, có chị đi cùng, anh hỏi ý kiến chị. Chị đề nghị màu tím. Anh thấy cũng được.

Bà rầu rĩ. Khi không, ông chiều ý chị hàng xóm, bỏ ngoài tai lời bàn bạc của vợ. Ông bực dọc. Đã hì hục cả ngày sơn phết cho kịp, làm quà đón vợ, chẳng được tiếng cảm ơn, chỉ thấy mặt bí xị của bà. Thế là không khí trong nhà ông bà cả ngày buồn buồn như màu tím của trần nhà bếp.

Nhiều điều bà làm, ông thấy sao gai mắt. Lắm điều ông nói, bà nghe sao chói tai. Theo ngôn ngữ thời thượng, chắc là ông "oải" bà lắm. Còn bà, cũng "ớn chè đậu" rồi. E rằng cả ông lẫn bà sẽ nộp hai tờ đơn xin miễn gia hạn hợp đồng tơ hồng cho kiếp mai.

Bà mở bộ phim nhiều tập "chuyện chúng mình". Coi kìa, cảnh này mặt ông quạu cọ, cảnh kia mặt bà cáu kỉnh. Ngó bộ con vi khuẩn "không ưa, ghét, ky" có mặt khắp nơi trong mọi sinh hoạt của ông bà.

Ví dụ, niềm thương là hạt đậu xanh, nỗi ghét là hạt đậu đỏ. Cứ mỗi lần thủ thỉ "thương ghê", thì nhón hạt đậu xanh bỏ vào lọ. Còn mỗi khi lầm bầm "ghét quá", thì nhón hạt đậu đỏ. Nào, bây giờ ông bà thử trưng lọ hạt đậu của mình lên bàn coi. Ô! Sao cả hai lọ lắm đậu đỏ thế này, chỉ loe ngoe vài hạt đậu xanh. Nguy rồi! Người xưa đã cảnh cáo:

Ghét của nào, trời trao của ấy. Ông bà phải kịp thời thay đổi chiến lược, chiến thuật. Cả hai phải mau mau chuyển đậu đỏ thành đậu xanh. Nghĩa là, trong kiếp này, cả hai phải thương nhau nhiều hơn, phải cố gắng tránh không đụng đến động từ "ghét". Có vậy, mới hy vọng ông Tơ bà Nguyệt sẽ đáp ứng nguyện vọng không tái ngộ kiếp sau.

06.11.2020

Nghĩa tiếng Việt của những chữ tiếng Đức trong bài:

Aktien: cổ phiếu, cổ phần
blamieren: bêu xấu, chọc quê
Baumarkt: Chợ/cửa hàng bán vật liệu xây dựng

Trích lời trong các nhạc phẩm

Con gái, nhạc sĩ Ngọc Lễ
Người em sầu mộng, nhạc sĩ Y Vân, thơ thi sĩ Lưu Trọng Lư
Nghìn năm vẫn chưa quên, nhạc sĩ Phạm Duy
Chuyện một chiếc cầu đã gẫy, nhạc sĩ Trầm Tử Thiêng
Thuở ban đầu, nhạc sĩ Phạm Đình Chương

Giới thiệu những tập truyện

của Hoàng Quân

Xin cám ơn anh Luân Hoán,
anh Song Thao, anh Trần Thảo,
em Hoàng thị ngọc Hiền, thầy
Võ Đình Sơn, chị Nguyễn thị
Thanh Nương, chị Tiểu Thu,
anh Thái NC, chị Phương thị
Phi Nga, bạn Diệp Phước Lân,
chị Ngân Bình đã đọc, giới
thiệu, góp đôi dòng cảm nghĩ
về những tập truyện của
Hoàng Quân.

Hoàng Quân
Bad Nauheim, Đức Quốc
Tháng Chín 2021

LONG LANH MÀU TRỜI

Thể loại văn xuôi
Tác giả Hoàng Quân

Đây là cuốn sách thứ tư được in, phát hành. Ba cuốn trước có tên: Bông Hoa Trên Phím (2015), Nhớ Tiếng À Ơi (2016), Đứng Ngẩn Trông Vời (2018).

* Về hình thức, 4 cuốn có những điểm chung :

- Tên sách gồm 4 chữ, nhẹ nhàng, gợi mở hình ảnh

- Vóc sách mỏng mảnh, với số lượng bình thường dưới 200 trang,

- Bìa màu trang nhã, giản dị.

Về nội dung, tác phẩm Long Lanh Màu Trời được dàn trang với mục lục :

- 8 trang đầu phần thủ tục thường thấy ở bất cứ cuốn sách nào, Hoàng Quân tạo sự đặc biệt với lời cảm ơn những người trực tiếp giúp cuốn sách thành hình qua bút tự của mình.

- từ trang 9 đến trang 13 lời tựa của Nguyễn Hiền.

- tiếp theo là 14 phần văn của Hoàng Quân, với các tên: Long Lanh Màu Trời, Khi Mười Bảy Tuổi, Lá Thư Mùa Xuân, Chàng Nghệ Sĩ, Măng Non Và Văn Bút Lưu Vong, Tập Làm Văn, Hồn Việt Giữa Trời Âu, Nhớ Một Vầng Trăng, Tình Xưa, Trở Về Cung Đàn, Chuyện Ba Người, Biếc, Đóa Hoa Đời Xinh Xinh, Đếm Sao.

Tuy tác phẩm được tác giả liệt vào thể loại truyện ngắn. Nhưng riêng tôi cho là một kiểu "Hồi Ký Tân Hình Thức", khi căn cứ vào nội dung chiếm chừng 80% sự thật rút từ cuộc sống riêng của tác giả. Cách viết tương tự như đoản văn, tạp ghi, tùy bút. Mọi chuyện đều là những thủ thỉ nhắc nhớ những kỷ niệm về người, về lãnh thổ, phong cảnh từng sở nắm, chung đụng qua từng chặng đời, đủ dài để nuôi xanh kỷ niệm. Chính nhờ thế văn của chị rất gần kề cuộc sống thường nhật. Hơi thở của xã hội ấm áp trong từng câu chữ. Tôi có thêm cảm tưởng văn của Hoàng Quân là những bài thơ xuôi giàu hình ảnh của người tham dự mà chị có thân tình. Chính tôi cũng được ưu ái nhắc tới, trích thơ, rất ăn nhịp với nội dung của đoạn văn. Hoàng Quân cũng thích trích thơ của nhiều tác giả khác và không quên nói về họ rất mực thương quí. Trong Long Lanh Màu Trời chị nhắc đến quá nhiều người làm thơ, viết nhạc. Và quê hương Quảng Ngãi của chị vẫn luôn là chỗ chị kê giường, đặt ghế để viết, để gõ những gì chợt đến trong từng ngày của một người xa xứ.

Trân trọng niềm đam mê sáng tác của chị, và tài năng thuần tay, tôi vui vẻ được giới thiệu tập sách dễ thương này đến quí bạn đọc.

Cảm ơn tác giả rất nhiều đã tặng sách, nhất là cho tôi thêm một cơ hội lưu dấu trên trang chữ in vào năm 2020.

(Ghi chú: tôi có thực hiện cho riêng mình mục "Dấu Tay Một Thời", nhằm ghi lại những tác phẩm của nhiều tác giả, cùng các tạp chí, tuyển tập, có đi lại bài hoặc đề cập đến tôi)

Sách được chăm sóc xuất bản bởi nhà xuất bản Nhân Ảnh tại Hoa Kỳ, với bìa của Uyên Nguyên Trần Triết, layout bởi Nguyễn Thành - ISBN:978- 1989924525 - copyright @2020 by HoangQuan - không ghi ấn phí.

Luân Hoán
06- 8- 2020

ĐỌC "ĐỨNG NGẨN TRÔNG VỜI"
CỦA HOÀNG QUÂN

*SONG THAO

Cái tựa "Đứng Ngẩn Trông Vời" nghe chênh vênh hụt hẫng. Đó mới chỉ là nửa câu thơ. Nửa câu tiếp chắc ai cũng biết "áo tiểu thư". Tác giả cũng xác nhận sự nửa vời này bằng cách trích nguyên văn bốn câu thơ của Huy Cận ở đầu truyện cùng tên.

Vậy đó bỗng nhiên mà họ lớn,
Tuổi hai mươi đến có ai ngờ,
Một hôm trận gió tình yêu lại
Đứng ngẩn trông vời áo tiểu thư

Người "trông vời áo tiểu thư" là cu cậu Bê vừa tới tuổi choai choai. Bỗng một buổi sáng, bà mẹ nhận ra anh con trai đã lớn: *Tự đó đến giờ, Bê có hề để ý đến áo quần của Bê đâu. Áo quần của người khác lại càng chẳng quan tâm. Vậy mà, tự lúc nào Bê biến trong phòng tắm lâu hơn để chải đầu, xịt keo lên tóc trước khi đi học. Bê bớt mặc cả với tôi từng phút xin ngủ nướng mỗi sáng. Có ngày, Bê còn săng xái tự thức dậy sớm để đủ thời giờ "trang điểm". Bê cứ băn khoăn sao tóc mình hay bị chỉa. Ở nhà, Bê đội suốt cái nón len, để những sợi tóc mất trật tự được ép đi vào khuôn khổ".*

Bê là nhân vật chính trong nhiều truyện của tập truyện này. Tôi đoán chừng tác giả chỉ có mỗi cậu ấm này trong nhà nên luôn lôi nhân vật này ra tán chuyện. Cái tên Bê không phải là tên hay, đó chỉ là tên gọi thân mật trong gia đình. Tên trong khai sanh của cậu là Quân. Cái tên làm người Đức trẹo họng khi phát âm. Các thầy cô trên trường đọc là Kwan. *"Khi Bê xong lớp bốn, chuẩn bị lên trung học, tôi chợt có ý nghĩ ra sở hộ tịch đặt thêm cho Bê cái tên thời thượng, Kevin, Philipp gì đó cho người Đức dễ gọi. Vợ chồng tôi vừa đặt vấn đề, Bê tỏ vẻ giận dữ: "Con là Quân chứ không phải tên gì khác". "Tại ba mẹ chỉ sợ có người gặp vấn đề với tên của con". "Hồi giờ đâu có ai gặp vấn đề gì đâu! Nếu ai không phát âm được tên của con, ráng chịu!". Coi như hồ sơ đổi tên của Bê xếp lại nhanh chóng".*

Tôi bắt đầu thích nhân vật tên Quân này. Dứt khoát, và rất Việt Nam. Cậu nói và viết được tiếng Việt mặc dù được sinh ra ở Đức. Điều này rất quý. Có mấy đứa trẻ gốc Việt biết nói, và nhất là viết được tiếng Việt, trong môi trường sống xa quê hương, giữa những người nói thứ tiếng không phải là tiếng Việt.

Khi chiếc răng sữa đầu tiên của bé Quân rụng, cậu bé hốt hoảng. Để trấn an, ba mẹ phải bày trò bảo con để chiếc răng trên thành cửa sổ, con chuột răng đi qua, thấy con giữ chiếc răng còn tốt, có thể nó sẽ cho quà. Mỗi lần rụng răng là có quà, toàn những thứ đang mong muốn, cu cậu sướng mê tơi, coi chuyện răng rụng như chuyện phước đức. Có lần mẹ đi làm xa, răng rụng, để trên bệ cửa sổ hẳn hoi, mà quà chưa thấy đâu. Chuyện mua quà là chuyện của mẹ, ba đâu có biết mua. Tối đó, cậu bé gọi điện thoại cho mẹ khiếu nại chuột không cho quà. Mẹ bày kế: "Có thể chuột răng không biết chắc chiếc răng của ai. Tối nay con đem cái răng để trên bệ cửa, rồi viết trên tờ giấy: "Đây là răng của Bê". Cậu bé hỏi một câu mà tôi rất mát ruột: "Mà con viết tiếng Việt hay tiếng Đức đây mẹ?". Rồi Bê tự quyết định: "Con viết hai thứ tiếng cho chắc ăn!".

Có đứa con nói và viết được tiếng Việt từ nhỏ, mẹ cưng là phải. Có lẽ vì cưng nên khi mẹ viết văn đã lấy tên con làm bút hiệu. Cái tên Hoàng Quân hai mẹ con xài chung. Báo hại độc giả không biết tác giả là phận đàn ông hay đàn bà. Tôi cũng bé cái lầm khi đọc được những bài viết của Hoàng Quân trên tờ Thế Kỷ 21, lúc đó còn oai hùng ra báo giấy. Tính hỏi ông chủ bút Phạm Phú Minh nhưng ngưng ngay được. Đã nhúng tay vào cây viết từ lâu mà không phân biệt nổi một giọng văn hay sao. Đoạn văn làm tôi thành một ông thầy bói giỏi là đoạn sau đây: *"Tôi bắt đầu nghe ngóng các trao đổi của các bậc phụ huynh có con trai lớn. Tôi nghe kể, con trai lớn của bà chị họ đưa bạn gái về nhà chơi, cậu dắt cô đến chào bác trai, bác gái rồi cùng nhau "lặn" về phòng cậu. Chị hối chồng chạy ra tiệm thuốc tây mua "hệ thống phòng thủ". Anh giãy như đỉa phải vôi: "Bà còn vẽ đường cho hươu chạy nữa". Anh nhất định không rời bỏ "hiện trường". Anh nóng ruột đi lui đi tới ngoài hành lang, giống như lính của hoàng gia Anh canh giữ lâu đài. Chị không còn cách nào khác, vội lấy xe, chạy ù ra phố. Về nhà, chị gõ nhẹ cửa phòng, bảo cậu ra cho chị nói chuyện. Rồi chị kín đáo giúi vào tay anh con trai món hàng vừa mua. Tôi tấm tắc ngưỡng mộ: "Trời trời, chị ngầu quá. Rồi khi đưa cho nó, chị nói sao?". Nhiều người cười tôi khéo lo bò trắng răng. Bê đang trung học. Thong thả mà, đến khi cần, tự nhiên nghĩ ra à".*

Vấn đề đó, hoàn cảnh đó, lo lắng đó, chém chết cũng không phải của một đấng đực rựa. Nhưng dù gì đi nữa, cây bút mới tinh này là một thứ quý hiếm. Tôi không nén nổi tò mò, *mail* cho ông Phạm Phú Minh: "Hoàng Quân là ai mà viết hay quá vậy?". Đâu có ngờ ông bạn chuyên nối kết các người viết với nhau lại chuyển câu hỏi của tôi tới… đương sự. Tôi liên lạc được với Hoàng Quân. Đúng y chang như tôi đoán, đó là một nữ lưu còn ở tuổi *teen* khi Sài Gòn đổi chủ. Nay là một chuyên viên tài chánh rất thành công ở Đức. Để Hoàng Quân thuật lại chuyện sau đó: *"Coi như anh Phạm Phú Minh bắt nhịp cầu tri âm cho tôi và ông "trùm phiếm" Song Thao. Sau đôi lần thư từ, anh Song Thao bảo, anh tính rủ tôi viết chung Phiếm. Nghe ông Trùm nói vậy, tôi rón rén viết thử Ngôn Ngữ, Chuyện Đó Đây. Tôi băn khoăn miết, rụt rè hỏi anh Song Thao, giống phiếm chưa, cần thêm mắm muối gì nữa không. Thì anh cười (tôi đoán vậy), bảo, phiếm đứt đuôi con nòng nọc rồi. Thế là tôi yên tâm, gởi bài tới tòa báo".*

Thực ra, ngay từ bài đầu tiên tôi đọc được, tôi đã cảm giọng văn rộn ràng, vui như tết và rất thông minh của Hoàng

Quân. Chẳng cần ai dẫn dắt, đường vào chốn chữ nghĩa đã rộng mở trước mặt cô. Huống chi cô còn có tính cẩn thận của một nhà tài chánh. Bên Đức có hai nhà văn đã thành danh là Ngô Nguyên Dũng và Hoàng Nga, cô đã "tham khảo" cả hai. Ngô Nguyên Dũng tính giới thiệu cô với Làng Văn, chưa kịp giao duyên thì tờ báo này đóng cửa. Hoàng Nga giới thiệu cô với Văn Học. *Mail* đi thì có *mail* về thì không. Có lẽ *hotmail* đã nhầm thư cô với thư rác nên bị tống về lại khổ chủ! Không nản chí, Hoàng Quân kể: *"Tôi vẫn tiếp tục viết, xếp trong "tủ", lâu lâu đem ra đọc. Mỗi lần đọc, dặm thêm chút "mắm muối". Khi thêm vài dấu chấm phết. Khi bớt đôi chữ "thì, là, mà".* Cuối cùng, nhà báo Từ Nguyên Trần văn Ngô, định cư ở Pháp, giới thiệu cô với Thế Kỷ 21. *"Tôi thầm nghĩ, Thế Kỷ 21 "cao" quá. Được là độc giả đã quý rồi. Chứ nào dám mơ xa thêm. Đôi đũa tre mộc mạc của mình biết làm sao để "chòi" tới mâm son. Tôi gởi vài e- mail trao đổi, loanh quanh dọ ý ông Từ Nguyên. Năm 2004, tôi thu hết can đảm, gởi bài Giấc Mơ Thực Vật nhờ ông Từ Nguyên chuyển đến báo Thế Kỷ 21. Gởi đi nhưng tôi không dám tràn trề hy vọng. Cũng không lóng ngóng trông thư trả lời. Vậy mà, ông chủ bút Phạm Xuân Đài đã dành cho Hoàng Quân ưu ái đặc biệt, ngay từ thuở Hoàng Quân chân ướt chân ráo bước vào sinh hoạt chữ nghĩa. Ông cho đăng bài viết này trên số báo gần nhất, số 184, tháng 8, 2004"*.

Con đường chữ nghĩa thênh thang trước mặt người viết mới, hơi trẻ. Tới nay, Hoàng Quân đã cho ra đời ba tác phẩm: Bông Hoa Trên Phím (2015), Nhớ Tiếng À Ơi (2016) và Đứng Ngẩn Trông Vời (2018).

Đứng Ngẩn Trông Vời gồm 12 truyện ngắn. Tôi phân

vân khi liệt những bài trong cuốn sách này vào thể loại truyện ngắn. Thực ra đó là nửa truyện, nửa phiếm, nửa hồi ký. Đề tài phần lớn nói về chuyện gia đình. Nhân vật Bê là cái đinh trong gia đình, như đã nói ở trên. Nếu có nói thêm được chi có lẽ là chuyện nói tiếng Việt của Bê. Tôi vẫn quý chuyện nói và viết tiếng Việt của cậu bé được sanh ra bên ngoài tổ quốc này. Bên nội Bê là người miền Nam, bên ngoại người Huế. Vậy nên Bê biết hai… ngoại ngữ. Qua bà nội chơi, bà hỏi: "Con "doi" ra sao hả Bê?". Bê trả lời liền: "Con "doi" nó có cái "dòi". Nói xong Bê cao giọng giải nghĩa cho mẹ: "Tức là con voi nó có cái vòi đó mẹ". Đôi khi, mẹ bận việc thì ông ngoại đón Bê về nhà, Bê nói tiếng Huế. Một bữa Bê nói với cô Oanh: "Con sắp sửa đi Ý". Cô hoảng sợ vội giục: "Đi ị thì đi lẹ lẹ chớ còn ở đó mà nói nữa. Hèn gì, nãy giờ bốc mùi!". Bê lắc đầu: "Dạ không, tuần sau mới đi được". Cô Oanh nghiêm giọng: "Con không đi ị mỗi ngày, đau bụng phải đi bác sĩ để khám bệnh đó". Bê cố giảng giải: "Dạ không, cô Oanh không biết gì hết. Ý xa lắm, đâu đi mỗi ngày được". Lúc đó, thấy tình hình nghiêm trọng, mẹ… thông dịch: "Cu Bê sắp sửa đi du lịch qua Ý đó cô Oanh". Cô Oanh vỡ lẽ: "Chu mẹc ơi, đi Ý mà ổng nói đi ị thì ai mà biết!".

Nhân vật thứ hai trong nhà chính là… Hoàng Quân. Hoàng Quân mẹ chứ không phải Hoàng Quân con. Tác giả tự nhận học rất giỏi. Chuyện này tôi tin được. Qua Đức khi tuổi gần hết bậc trung học, phải bắt đầu lại toàn phần. Khởi đi là chuyện học tiếng Đức. Chúa mạ ơi, cái thứ tiếng chi mà khó dàn trời. Thuở còn trai tráng ở Sài Gòn, tôi cũng đã ti toe đi học tiếng Đức tại Viện Goethe. Học tới khi cái miệng trẹo thiếu điều phải đi bác sĩ, vậy mà chưa đi tới đâu. Học cho đủ chữ vào Đại học phải là chuyện trần ai khoai củ. Vậy mà tác giả đã làm được một cách xuất sắc để hiên ngang bước vào cửa trường vẫn tiếp tục xuất sắc. Ra trường, trở thành một chuyên viên xịn trong ngành, đi hội họp và công tác tại trên ba chục quốc gia. Sự tình từ bước đầu, được tác giả kể lại: *"Dù sắp sửa tốt nghiệp đại học ở quê nhà, tôi phải lùi xuống trung học xứ người. Nước Đức không công nhận bằng cấp sau 1975 của Việt Nam. Thế là tôi khoác áo thư sinh, vào lớp 11, tiếp tục mài đũng quần nhà trường của Tây Đức vài năm. Bước chân đến ngôi trường ở Wolfhagen, một làng nhỏ ở Trung Đức, học trò nào cũng toàn tâm, toàn trí vẽ vời "tiền đồ" bằng cấp của mình. Muốn tậu bằng Tú Tài Đức, phải miệt mài đèn sách, ít nhất ba năm, nếu học đâu đậu đó"*.

Giỏi vậy nhưng nhân vật mẹ trong "Đứng Ngẩn Trông Vời" cũng loạng quạng nhiều chuyện. Đầu tiên là chuyện lái xe. Khởi đầu truyện "Tay Lái Lụa", tác giả lên gân: *"Ngày xưa ở Việt Nam, tôi rất "chì", đã trị nhiều con ngựa sắt dữ dằn. Đi học, tôi cưỡi xe "cuộc" sườn ngang cao ngất. Mỗi lần xuống xe chỉ cần tìm lề đường cao là có thể... hạ cánh an toàn. Nếu "hạ tầng cơ sở" không đầy đủ, tôi nghiêng nghiêng xe, chủ động phóng xuống, trước khi bị ngã ngựa... sắt. Thỉnh thoảng, mượn được xe* honda *của chị tôi, tôi vi vút đúng điệu anh hùng xa lộ. Để tiết kiệm năng lượng, tôi cho hai đứa bạn chạy xe đạp níu tay hai bên, mà vẫn vững tay lái, chạy vù vù lên xuống cầu Trương Minh Giảng"*. Chì như vậy nhưng khi tập lái xe hơi ở Đức, công việc không được hanh thông. Tập lái xe bên Đức, phải trả tiền giờ cho ông thầy. Đầu tiên, tin vào "tài năng" của mình, cô tính chỉ ba giờ là nhuần nhuyễn tay lái. Nhưng tính vậy mà không phải vậy. Số giờ chi tiền đã lên tới hai chục giờ, phải "giật gấu vá vai" mà tài lái chưa đi tới đâu. Đành phải cầu cứu tới "chàng" dạy cho đỡ tốn địa. *"Chiều cuối tuần, chàng của tôi dẫn tôi ra bãi tập xe của ADAC ở gần Rebstockbad, Frankfurt. Muốn tiết kiệm, tập chạy thêm cho giỏi, đỡ phải lấy nhiều giờ của trường. Nhưng có lẽ bụt nhà không thiêng. Hai đứa mất cả nửa ngày, trả tiền mướn bãi mấy chục đồng, tôi chẳng dạn dĩ thêm tí nào. Sau đó, hờn anh, giận em. Anh giận, tại em không biết, mà nói không chịu nghe. Em hờn, tại anh biết mà không chỉ dẫn rõ ràng".*

Cái bằng lái xe thường làm khổ nhiều người. Hiếm khi thi một lần là cầm được bằng. Cô em tôi, sau cả chục lần thi, tay vẫn chưa với được bằng. Cuối cùng, không biết thi tới lần bao nhiêu, cô cũng cầm được bằng lái. Dĩ nhiên là ăn mừng. Tôi phong cho cô em tôi đã đậu bằng "tiến sĩ lái xe" vì số năm cô bỏ ra để lấy được bằng cũng ngang ngửa với số năm học tiến sĩ! Tác giả Hoàng Quân, chưa bao giờ thi trượt trong việc học, nhưng đã ăn ớt khi thi lái xe. *"Vậy là, lần đầu tiên trong đời, tôi biết mùi buồn của đậu phải cành mềm. Tôi phải chắt chiu, tiện tặn tiếp, chờ thi đợt sau. Thắt lưng buộc bụng kiểu này chắc eo nhỏ bằng eo của cô Scarlett trong phim "Cuốn Theo Chiều Gió". Tôi biết khôn ngoan hơn, nghe lời hướng dẫn của thầy giáo, không dám cà khịa với ổng nữa. Lần thi này, tôi chạy rất thiện nghệ, sau hơn nửa tiếng đồng hồ biểu diễn chạy trong phố, ra làng, vào xóm, ông giám khảo chồm lên đưa miếng giấy bìa màu xám, vui vẻ: "Chúc mừng cô có bằng lái. Nhưng tôi lưu ý cô, cô chạy trong phố hơi nhanh. Mà ra ngoài xa lộ lại hơi chậm đấy nhé!". Tôi mừng quá, vội vàng đưa tay cầm lấy bằng, sợ ông giám khảo đổi ý".*

Có bằng, nước chạy xe của cô rất tàng tàng. Có lần cô chở mẹ và Bê đi chợ, Bê ngồi đàng sau góp ý: "Mẹ ơi, xe vận tải sắp qua mặt mình rồi. Mẹ, mẹ, chỗ này không cấm chạy nhanh". Lúc khác, Bê hối: "Mẹ chạy nhanh chút xíu, chớ không thôi, mình đến thì chợ đóng cửa mất tiêu, bà ngoại không mua được thịt!". Cậu con đã có lúc tai quái: "Hồi đó, mẹ trúng số *lotto* phải không?". "Mẹ trúng số hồi nào đâu?". "Có mà! Cái bằng lái của mẹ đó!".

Tác giả là người ưa ca hát từ nhỏ. Trong suốt cuốn sách, thỉnh thoảng cô lại chêm vào vài câu của những bài hát cô thích. Cô tự thú là nhút nhát nhưng luôn bị đẩy lên sân khấu, từ hồi tiểu học cho tới khi đã ra trường tại Đức. Tác giả viết nguyên một truyện mang tên "Rồi Từ Giọng Hát Em" diễn tả hành trình dài của những lần lên sân khấu. Không chỉ trên sân khấu, trong suốt cuộc đời, tác giả Hoàng Quân luôn ư ử hát hò. Điều này khiến Hoàng Quân con hỏi Hoàng Quân mẹ. *"Mẹ ơi, có bao giờ mẹ ước mơ là mẹ thành ca sĩ không?". Tôi đã có lúc to gan, nhưng chỉ dám mơ làm nhạc sĩ. "Không, chưa bao giờ mẹ ước là ca sĩ. Nếu mẹ mà có giấc mơ này, mẹ con mình chết đói nhăn răng ra rồi". Anh Lợi góp lời: "Làm sao chết đói được. Ăn cà chua với trứng thối mệt nghỉ!".*

Lợi là nhân vật thứ ba trong gia đình. Là bố của Hoàng Quân kiêm chồng của Hoàng Quân. Thỉnh thoảng nhân vật này mới được ké chút xíu vào câu chuyện gia đình. Tôi thông cảm với nhân vật này. Định mệnh đã an bài, biết nói chi hơn.

Với "Đứng Ngẩn Trông Vời", Hoàng Quân đã dấn thêm một bước vào con đường chữ nghĩa, một bước vững vàng, an nhiên, dẫn dắt người đọc vừa huýt sáo vừa bước vào cuộc sống của gia đình tác giả. Cuốn sách toát lên sự tươi tắn, dí dỏm của một ngòi bút thông minh, biết nắm bắt và khai thác những tình huống đắt nhất của cuộc sống thường ngày. Biến cái thường thành cái không thường, trong một văn phong không gò bó, đó là thành công của Hoàng Quân.

09/2018
Website: www.songthao.com

Đọc NHỚ TIẾNG À ƠI
của Hoàng Quân

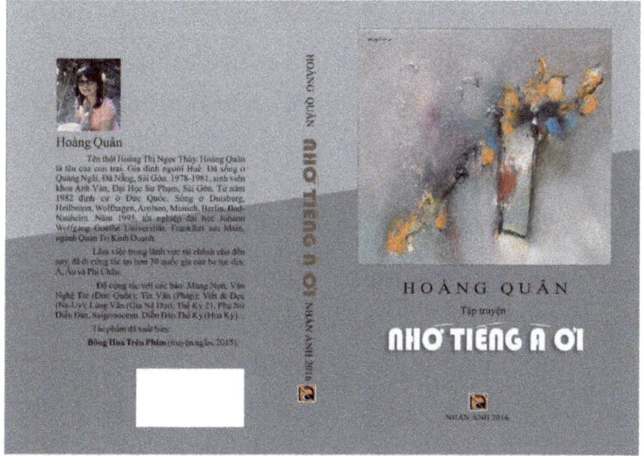

Giáng Sinh năm 2016 tôi nhận được món quà rất dễ thương từ cô em gái nhà văn hiện đang sống ở miền Tây Đức xa xôi, một cuốn sách mới ra lò còn thơm mùi giấy. Cuốn *Nhớ Tiếng À Ơi* của Hoàng Quân.

Cầm cuốn sách nho nhỏ với hình thức trang nhã, tôi chưa đọc trang nào nhưng trong lòng mơ hồ có một ước mơ. Tôi ước mơ, trong cuốn sách thứ hai của tác giả Hoàng Quân sẽ có những sáng tạo, rất mới, để lôi cuốn người đọc. Tôi nói như thế cũng có lý do của nó. Trong cuốn *Bông Hoa Trên Phím* , tôi muốn dùng một câu thơ của nữ sĩ Ngân Giang, sửa chữ NGHÌN thành chữ NGÀY , "Nghe sóng ngày xưa vỗ bến lòng", để cảm nhận được nỗi lòng của tác giả Hoàng Quân, khi cô dàn trải tâm tư của mình, viết về những kỷ niệm một đời. Với văn phong trong sáng, đặc biệt là cách dùng chữ dí dỏm, có duyên, Hoàng Quân đã dẫn dắt người đọc đi đến những tầng thú vị khác nhau. Theo tôi, *Bông Hoa Trên Phím* là một tác phẩm đầu tay rất thành công của Hoàng Quân.

Nhưng, cái gì cũng vậy, dù là vật chất hay tinh thần, cái MỚI luôn là điều cần thiết để lôi cuốn người thưởng ngoạn. Trong nền văn học của chế độ cộng sản Việt Nam, những tác giả viết theo cây gậy chỉ huy của đảng, dĩ nhiên những sản phẩm của họ toàn là cúc vạn thọ, có được phép in ra cũng chỉ làm tốn giấy mực vô ích. Độc giả không muốn bỏ tiền ra rước những cuốn sách mà nội dung của chúng toàn là tung hô những đường lối, những nghị quyết của đảng. Thế nhưng những nhà văn của nền văn học tự do, được tùy ý viết theo đề tài, cảm hứng mà mình thích, cũng phải để tâm tìm tòi, sáng tạo, tránh đi vào những sáo mòn, nếu không muốn độc giả ngủ vùi trên trang sách của mình.

Tôi đã đọc *Nhớ Tiếng À Ơi* của Hoàng Quân trong nỗi chờ đợi như thế, và tôi đã hoàn toàn cảm thấy vui khi đọc đến trang cuối của cuốn sách. Hoàng Quân trong *Nhớ Tiếng À Ơi*, vẫn với văn phong dí dỏm, duyên dáng đó, nhưng đã khác rất nhiều, so với *Bông Hoa Trên Phím* Nếu nội dung tổng thể của *Bông Hoa Trên Phím* cho bạn hình ảnh trẻ trung của một cô gái vừa bước xuống cuộc đời. Ánh mắt của cô gái ấy, dù đã trải qua vị đắng của sóng đời trôi giạt, vẫn sáng long lanh niềm tin vào cuộc sống trước mắt. Trong *Nhớ Tiếng À Ơi*, ánh mắt cô gái đó vẫn sáng đấy thôi, nhưng độc giả cảm thấy như trong đó hiện lên những dấu hỏi (?) về cuộc đời.

Trong truyện *Hiện Tượng Màn Bạc,* Hoàng Quân viết về một hiện tượng khá phổ biến trong cộng đồng Việt ở hải ngoại: Hoàn cảnh sống ở hải ngoại đã khiến cho con người Việt Nam quá quen thuộc với chuyện vợ chồng bỏ nhau. Khá lâu không thấy hai "anh chị" đi với nhau cũng đủ để người ta kết luận tỉnh bơ là "chắc chúng đường ai nấy đi rồi."

Với truyện *Quẻ Bói Đầu Xuân*, tôi thật sự thú vị khi nghe bà mẹ chồng của nhân vật nữ tên Ngọc thốt lên: "Đàn bà mà học cho lắm, thì đối xử tệ với chồng chớ hay ho gì..." Đây là vấn đề tâm lý hay xảy ra cho những gia đình mà bà mẹ chồng thuộc thế hệ cũ, cứ lo sợ con dâu học nhiều sẽ lấn lướt con trai của mình.

Tôi đặc biệt cảm động khi đọc truyện ngắn được chọn làm chủ đề của cuốn sách. Truyện *Nhớ Tiếng À Ơi* cho người đọc cảm giác nhân vật Thi, hay là tác giả hư cấu chính mình, dù là sống nơi xứ người, hàng ngày dùng những ngôn ngữ khác với ngôn ngữ gốc của mình để giao tiếp, nhưng trong sâu thẳm của Thi, tiếng Việt vẫn đem lại cho cô sự thân gần, ấm áp. Giữa những người ngoại quốc, trong một chuyến công tác, Thi đã thực sự vui mừng khi được người giới thiệu với Pierre, một người mà qua lời giới thiệu cô đã nghĩ là một đồng hương. Thi đã hụt hẫng biết bao khi biết rằng Pierre, người có vóc dáng đồng hương nhưng lại chả biết nói một chữ tiếng Việt. Hãy nghe Thi bày tỏ: "Tôi muốn được trầm trồ trong tiếng Việt thân yêu của mình. Bỗng dưng tôi thèm nói, thèm nghe tiếng Việt kinh khủng." Trong English, hình như có một câu: "*You will not understand my situation until you put your feet into my shoes.*" Tôi nghĩ điều này thật chính xác. Năm 1993, tôi có dịp qua London để làm việc. Nơi làm việc, có người Việt làm chung rất vui. Nhưng khi về lại chung cư mà sở làm sắp xếp cho tôi cư trú, tôi lạc vào một cộng đồng nhiều sắc dân, mà chỉ duy nhất có tôi là Việt Nam. Ban đầu tôi cũng ráng giao tiếp với họ cho vui bằng Anh ngữ. Sau đó, tôi chán quá, bất đắc dĩ tôi mới nói chuyện. Tâm trạng của tôi nào có khác gì với nhân vật Thi, thèm được tán dóc với người đồng hương, đến nỗi, khi gặp anh chàng Jacques, biết được vài chữ tiếng Việt đặc trưng như chữ ƠI mà Thi cũng thấy phấn chấn và có cảm tình. Kết thúc của truyện là câu nói mà Thi nói với con trai: "Mấy hôm nay mẹ nhớ tiếng à ơi, nhớ quá trời." Thật là cảm động.

Riêng truyện ngắn *Đồng Nghiệp Dị Chủng,* tôi nhớ là trước khi cuốn *Nhớ Tiếng À Ơi* ra đời, tôi đã được đọc rồi do Hoàng Quân gửi riêng cho. Nhưng bây giờ đọc lại (lần thứ mấy nhỉ ?) tôi vẫn cứ thấy vui và nghĩ rằng, chắc tác giả khi viết truyện này ắt hẳn vừa viết vừa cười. Mời bạn đọc một câu ngộ nghĩnh nhé: "Ừ, hồi giờ tụi tui thích ăn đồ biển lắm, mà không có tiền mua. Cho nên tui sắm con cá gỗ. Mỗi bữa dọn lên bàn, ngày nào cũng có cảm tưởng thưởng thức hải vị. Bây giờ lên lương, ăn món sang hơn, ăn tôm gỗ đó." Chuyện nhà nghèo ăn cá gỗ thì hầu như người Việt nào cũng biết, nhưng biến chiêu từ ăn cá gỗ, giờ được tăng lương, ăn món sang hơn là tôm gỗ thì quả tác giả Hoàng Quân có đầu óc khôi hài thú vị.

Với "chuyện" *Bạn Lòng Thương Mến,* quả tình tôi không nén được nụ cười, lý do là vì những gì Hoàng Quân kể lại, hình như có cá nhân tôi xuất hiện trong đó, dù rằng cái tên cúng cơm của tôi chả thấy đâu cả! Tôi xuất hiện trong câu văn: "Tiệm cà phê Uyên là nơi gặp gỡ gần phân nửa nam sinh Trần Quốc Tuấn". Tôi phải cảm ơn thằng bạn ngày xưa cù rủ tôi đi cà phê Uyên một lần duy nhất. Nếu không, làm gì tôi có cơ hội vào "văn học sử" với tập truyện Nhớ Tiếng À Ơi của Hoàng Quân? Tôi thấy vui vui trong lòng, vì nhớ lại khoảng thời gian các cô nữ sinh NỮ TRUNG HỌC chuyển về học chung với nam sinh Trần Quốc Tuấn. Và tôi có câu trả lời cho câu hỏi mà tôi từng thắc mắc về CON THÚY. Nhưng rồi quên bằng đi theo dòng thời gian. Vào thuở ấy, thỉnh thoảng gặp cô em gái, gương mặt thanh thoát đó nên có nét tươi vui, ưa quậy mới phải. Nhưng thay vào đó là ánh mắt chỉ sáng lên một chút, rồi rơi vào khoảng trầm lắng. Bây giờ Hoàng Quân nhắc lại chuyện đời, tôi mới hiểu tâm sự cô em gái ngày đó. Thực ra tâm sự của Hoàng Quân chỉ là quá nhạy cảm thôi, chứ cuộc đổi đời thê thảm đó có chừa ai đâu, ngoại trừ những kẻ mang cờ đỏ nịnh bợ chủ mới và những nhân thân cách mạng, tất cả đều xính vính khi mọi thứ tự do đều bị bó chặt.

Tôi không kể hết những truyện của Hoàng Quân trong tập *Nhớ Tiếng À Ơi,* với những thú vị của nó. Hãy để chính bạn tự tìm hiểu nhé. Trong cái nhìn của tôi, *Nhớ Tiếng À Ơi* là một bước tiến khá dài của Hoàng Quân trong cách nhìn cuộc sống. Trong văn phong, dẫu vẫn giữ nguyên nét duyên dáng, dí dỏm của "người nước Huế". Nhưng đã biểu hiện những trưởng thành cần thiết cho một sự nghiệp cầm bút. Chúc mừng Hoàng Quân. Chúc mừng Con Thúy.

Trần Thảo
2017

ĐÔI DÒNG BẠN ĐỌC
GỞI ĐẾN BÔNG HOA TRÊN PHÍM

Hình Đỗ Hoàng An

Hôm nay ra vườn hái mấy chùm hoa Holunder/ Elderflower vào cắm cho vui cửa, vui nhà. Các bạn có biết, Holunder/Elderflower có đầy đủ hương và vị, lại là một món thuốc nam hay. Có thể coi là loài hoa dại, nhưng lại thích sống gần người. Dân gian tin rằng, trong bụi hoa này có thần hộ mệnh ngự trị. Ngồi ngắm mấy cái hoa be bé xinh xinh, thơm ngào ngạt, NgHiền liên tưởng đến *Bông Hoa Trên Phím* của Hoàng Quân. Thật vậy, đứa con tinh thần đầu tiên của Hoàng Quân be bé dễ thương, cũng là một vị thuốc nhỏ góp phần chữa nỗi đau của những phần đời bất hạnh. *Bông Hoa Trên Phím* cho người đọc những nụ cười nhẹ nhàng, thoải mái. Đó cũng là một liều thuốc bổ phải không các bạn? Và có một *Bông Hoa Trên Phím* trong tủ sách gia đình, là bạn đã có một ông bụt đáng yêu rồi đó.

Cám ơn và chúc mừng chị thương yêu.

Hoàng Thị Ngọc Hiền

*

Thúy viết đầu trang quý tặng thầy
Bông Hoa Trên Phím nở lời hay
Sắc màu cung bậc lung linh quá
Tiếng vọng vang xa đã mấy ai!
Thầy Võ Đình Sơn

*

Chị mở món quà, tập truyện *Bông Hoa Trên Phím*, chỉ biết thốt một lời khen: ĐẸP. Sách in giấy láng, khổ vuông vức xinh xinh và độ dày bé bỏng vừa tầm tay với 12 truyện ngắn. Nhìn cuốn sách đã thấy tâm hồn văn nghệ của những người góp công thực hiện và của chính tác giả. Lần đầu tiên chị thấy một cuốn sách dễ thương như thế này.

Với tâm hồn yêu nhạc, yêu đàn guitar như Ngọc Thúy, tựa sách "*Bông Hoa Trên Phím*" làm chị liên tưởng đến lời nhạc trong "*Cây đàn bỏ quên*" của Phạm Duy. Bài hát này làm rung động bao người, trong đó có chị và chắc là có Ngọc Thúy luôn.

Đọc Hoàng Quân bao giờ cũng được nghe tác giả kể lan man nhiều thứ, nhiều cảm xúc dễ thương trong cuộc sống quanh cô... Vầy nè em:

Ừ, trái tim em có nhiều ngăn
Em toàn chứa đựng những... linh tinh
Anh ơi đừng sợ... hết chỗ nhé
Còn một ngăn này dành cho ANH
(*Trái tim nhiều ngăn*)

Tâm hồn mình trẻ, và như câu kết của truyện *Tắt nắng buộc gió:* "Hãy làm những gì mình thích và tận hưởng cuộc sống chung quanh" là đủ rồi. Chẳng cần phải "tắt nắng buộc gió" hở cô bé Hoàng Quân. Truyện dễ thương dí dỏm, chị thích nhất đoạn hai mẹ con chuyện trò. Con "bổ túc văn hóa" cho mẹ, khi mẹ sắp đi nghe nhạc Justin Timberlake, bật cười luôn...

Nguyễn Thị Thanh Dương

*

Chị đọc lại cuốn *Bông Hoa Trên Phím*. Lần này cầm cuốn sách đọc chậm rãi, chớ không đọc ào ào như trên internet. Vừa đọc, vừa cười một mình. Trời ơi sao mà lối kể chuyện duyên dáng, chân thật, dí dỏm quá chời dzậy hè?

Lâu lắm mới được thưởng thức những câu văn "không sáo mòn, không làm dáng, không hoa hoè hoa sói" mà vẫn hay, vẫn lôi cuốn. Những tình cảm tuổi học trò thật nhẹ nhàng, trong sáng. Tuy không có gì sâu đậm, nhưng khi nhớ lại vẫn thấy hồn có chút chơi vơi phải không Ngọc Thúy?

Tóm lại, đây là cuốn sách mà mỗi tác phẩm bên trong đều mang lại sự thích thú cho người đọc. Chị để NÓ trên kệ trước mặt. Rất... rất có thể chị lại đọc lần nữa. Vì có những chỗ chị thấy lại mình trong đó.

Tiểu Thu

*

Bông Hoa Trên Phím là tập truyện thiệt dễ thương tôi được tác giả Hoàng Quân Ngọc Thúy đích thân từ Đức làm chuyến viễn hành đến Mỹ, ghé San Jose tặng tận tay.

Hơn một tháng rồi, bây giờ mới viết vài lời… tri ngộ. Chắc là có chút muộn màng! Nhưng lịch sử giữa tác giả Hoàng Quân và tôi có nhiều cái muộn màng lắm. Cách nhau một tuổi thôi, chúng tôi có khoảng trời ấu thơ chung ở Huế, làm gì mà không được vài lần theo mạ ra chợ Đông Ba ăn quà nhỉ? Có khi đã được ăn chung gánh bún bò mà… không biết.

Mười mấy năm sau, thế sự đẩy đưa, hai chúng tôi lại chung một mái trường. Niên khóa 1976/77 tôi học lớp 12 Marie Curie, Sàigòn. Tác giả Hoàng Quân từ Quảng Ngãi chuyển trường về Marie Curie lớp 11. Hai dãy lớp chúng tôi chỉ cách nhau một khoảnh sân trường cỏn con trọn một năm trời. Làm gì mà không có lúc bước ngang qua nhau? Cũng không ai thèm chào hỏi đến một câu!

Rồi ra đến hải ngoại, tôi ở Mỹ, Hoàng Quân ở trời Âu, cách nhau như vậy đó mà cũng có những lúc chúng tôi cùng viết bài đăng trên đặc san thiếu nhi *Măng Non* ở Tây Đức, tạp chí *Làng Văn* ở Gia Nã Đại… Nhưng phải vài chục năm sau mới được nhận mặt láng giềng.

Bông Hoa Trên Phím, mèn ơi vừa đọc, vừa tiếc! Nếu biết tác giả có mục cho bạn bè góp ý như vậy, ThaiNC cũng xin góp vào vài dòng rồi. Ui, đây là cuốn sách đặc biệt và độc đáo, vì chưa có cuốn nào trước đến nay có mục độc giả tham gia như vầy, thế mà mình lại missed, ôi tiếc quá!

ThaiNC

*

Những ngày cấm cung, niềm vui của chị là đọc sách. Nhưng chị không đọc sách mới mà chị chọn quyển sách của tác giả Hoàng Quân để đọc lại. Lần trước ngấu nghiến đọc một lèo xong vèo cuốn sách. Lần này chị nhâm nhi, đọc từng truyện và ngừng lại sau mỗi truyện để cho ý tứ thấm thật thấm! Cho niềm vui đầy thật đầy! Rồi qua ngày sau, chị mới đọc truyện khác.

Đọc cách nào thì chị cũng thấy thích và vui với lối văn của Hoàng Quân. Tuy nhiên, đọc nhâm nhi như xơi chiếc bánh ngon kỳ này làm chị thấy nổi bật tài nghệ của em. Sau văn phong độc đáo là những đề tài em chọn viết. Phải nói là trong tâm hồn em có vô vàn ngõ ngách, có nhiều tầng, nhiều lớp xếp lên nhau, có bảy vòng cầu ngũ sắc khiến em có một lối văn lôi cuốn, có bố cục chặt chẽ. Lối viết mới và đề tài mới về những chuyện rất bình thường trong cuộc sống!

Phương Thị Phi Nga

*

Vậy là tôi đã đọc xong cuốn *Bông Hoa Trên Phím* có lời đề tặng của cô bạn Ngọc Thuý. Mà đọc xong tới... những ba lần.

Lúc mới đọc, tôi dò mục lục chọn ngay truyện *Thầy trò, trường lớp, ngày xưa*. Vì tôi nghĩ, bạn tôi viết về lớp 10B của tôi ngày xưa. Nhưng mà bé cái nhầm. Truyện viết về trường IVS, một trường dạy tiếng Anh ở Quảng Ngãi trước 1975. Cái trường đã tích lũy một nguồn nội lực, mà sau này bạn tôi khi vào đại học không phải sợ một "thằng Tây" nào cả... Sau khi đọc truyện này cùng các lời bàn của các độc giả, trong đó có chị Hoàng Thị Cẩm Thành và cô bé Hoàng Thị Ngọc Hiền ngày xưa, thấy vui vui. Nhưng tôi thích nhất lời nói của nhân vật Kim Hoàng trong truyện: "Ủa! Con Thuý, chứ mấy năm rồi mà sao mày hỏng lớn thêm chút nào vậy?" Đúng vậy! Cô bạn tôi, đến bây giờ, chụp hình với chồng con, nhìn vào vẫn giống như cô em gái đứng bên hai ông anh khổng lồ.

Đọc truyện của Hoàng Quân có những chi tiết tếu tếu rất thích! Nhất là mấy nhân vật đã dám đụng chạm đến cái trán gồ mà có lần cô Vân Nghê, cô giáo lớp 10B, đã phán: "Thông minh nhưng mà xấu." Chắc Ngọc Thuý còn ấm ức hả ? Ngoài ra, rất "kinh hãi" một nam nhân vật phụ đã vào tận nhà bếp "ám toán" nữ nhân vật chính. Cứ tưởng nữ nhân vật chính sẽ la toáng lên cầu cứu. Ai dè im re, nín khe đồng loã (*Người ấy ngày xưa*). Cười lăn lóc khi chàng bán phở bỗng nhiên "lộ hàng" sau cú "níu tay nghìn trùng" của cô khách hàng (*Đường vui chung bước*). Rồi cảm thấy thương nhân vật nữ, khi bị ông thầy đàn cùng ông bạn nhậu "toa rập" lừa cho một vố đau! (*Bông Hoa Trên Phím*) Và còn nhiều nhiều nữa, chẳng hạn công dân xứ Bavaria bị con cháu bà Âu Cơ dắt mũi chạy vòng vòng rồi kê các loại tủ và cả kê hột xí muội vào miệng suýt chút bị "sốc phản vệ"... May cho cô bạn tôi! (*Đồng nghiệp dị chủng*)

Riêng truyện *Người ấy ngày xưa* có nét rất riêng. Không có chi tiết "tếu táo", mà nó thơ mộng, trữ tình giống như ngày xưa, bước từ lứa tuổi "măng già chuyển qua tre non" đọc "Con Thúy", "Thằng Vũ" của Duyên Anh vậy! Cả một trời mộng mơ với mùa thu Hà Nội, con đê, giếng nước, sân đình... Truyện rất lãng mạn, bàng bạc khói sương của thuở hồng hoang, khi con tim vừa biết động đậy he hé camera ghi lấy vài bóng hình... Mà còn biện luận rất tinh tế:

Chắc phải đọc thêm vài lần nữa bạn thân mến ạ!

Diệp Phước Lân

*

Hoàng Quân ơi! đây là món quà đáng yêu nhất từ trước đến giờ, vì nó đúng ý thích của chị, và gợi lại hình ảnh của Ngân Bình thời tuổi trẻ, hay mơ mộng, hay thơ thẩn, hay tích góp những cái gì be bé, vụn vặt, dễ thương, đôi khi ngớ ngẩn để cất vào ngăn kéo là nơi gìn giữ kỷ niệm.

Chị mê "Bông Hoa Trên Phím" quá. Trang bìa thật đẹp và thật xinh xắn với những dòng chữ mang nét bút học trò, vừa đơn sơ, vừa "phóng túng một cách thật thà". Khổ sách nhỏ nhắn, thật gọn gàng cho tay cầm. Chắc chắn "Bông Hoa Trên Phím" sẽ nằm ngoan trong xách tay và theo chị đi khắp nơi. (Những chỗ luôn phải ngồi chờ dài cổ như phòng mạch bác sĩ chẳng hạn).

Thích quá "Con Thúy" ơi.

Ngân Bình

Xin cảm ơn
chị Hoàng Thanh Tâm
anh Lê Hân
anh Lê Hữu
bạn Nguyễn Đức Tuấn Đạt
anh Nguyễn Thành
anh Phạm Đăng Khương
anh Uyên Nguyên Trần Triết
và nhà xuất bản Nhân Ảnh
đã cùng góp bàn tay để Sợi Vắn, Sợi dài
có thể đến với bạn đọc ngày hôm nay.

Hoàng Quân
Bad Nauheim, Đức Quốc
Tháng Chín 2021

Mục lục:

Liên lạc Tác giả
Hoàng Quân
1403hoangocthuy@gmail.com
hoangthingocthuy@hotmail.com

Liên lạc Nhà xuất bản
Nhân Ảnh
han.le3359@gmail.com
(408) 722- 5626

9 781990 434280